கல்வித் தந்தை காமராஜர்

முனைவர் ப. பாலசுப்பிரமணியன்

நியூ செஞ்சுரி புக் ஹவுஸ் (பி) லிட்.,
41-பி, சிட்கோ இண்டஸ்டிரியல் எஸ்டேட்,
அம்பத்தூர், சென்னை- 600 050.
☎ : 044 - 26251968, 26258410, 48601884

Language : Tamil
Kalvi Thandhai Kamarajar
Author : Dr. B. Balasubramanian
First Edition : July, 2013
Second Edition : September, 2023
Third Edition : January, 2025
Copyright : Publisher
No.of Pages : iv + 82 = 86
Publisher
New Century Book House Pvt. Ltd.,
41-B, SIDCO Industrial Estate,
Ambattur, Chennai - 600 050.
Tamilnadu State, India.
email: info@ncbh.in
Online: www.ncbhpublisher.in

ISBN No. 978-81-2342-412-5
Code No. A 2776
₹ 75.00

Branches
Ambattur 044 - 26359906 **Spenzer Plaza (Chennai)** 044-28490027 **Trichy** 0431-2700885 **Pudukkottai** 04322- 227773 **Thanjavur** 04362-231371 **Tirunelveli** 0462-4210990, 2323990 **Madurai** 0452-4374106 **Dindigul** 0451-2432172 **Coimbatore** 0422-2380554 **Erode** 0424-2256667 **Salem** 0427-2450817 **Hosur** 04344-245726 **Krishnagiri** 04343-234387 **Ooty** 0423 2441743 **Vellore** 0416-2234495 **Villupuram** 04146-227800 **Pondicherry** 0413-2280101 **Nagercoil** 04652-234990

கல்வித் தந்தை காமராஜர்
ஆசிரியர்: முனைவர் ப. பாலசுப்பிரமணியன்
முதல் பதிப்பு: ஜூலை, 2013
இரண்டாம் பதிப்பு: செப்டம்பர், 2023
மூன்றாம் பதிப்பு: ஜனவரி, 2025

அச்சிட்டோர்: பாவை பிரிண்டர்ஸ் (பி) லிட்.,
16 (142), ஜானி ஜான் கான் சாலை, இராயப்பேட்டை, சென்னை - 14
☎: 044-28482441

All rights reserved. No part of this book may be reprinted or reproduced or utilised in any form or by any electronic, mechanical, or other means, now known or hereafter invented, including photocopying and recording, or in any information storage or retrieval system, without permission in writing from the publishers.

என்னுரை

தமிழ்நாட்டின் வளர்ச்சிக்காக தங்கள் வாழ்க்கையைத் தியாகம் செய்த தலைவர்கள் பலர். தந்தை பெரியார், அறிஞர் அண்ணா போன்றவர்கள் வரிசையில் பெருந்தலைவர் காமராஜர் காட்டிய தன்னலமற்ற தியாகமும், சமுதாய சேவையும் கல்விக் கண் திறந்த வழியும் என் மனதை நெகிழ்வடையச் செய்தன.

பெருந்தலைவர் காமராஜ் நாட்டின் விடுதலைக்காக தன்னுடைய இளவயதினை சிறையில் கழித்தார். விடுதலை அடைந்த பின் ஆயுள் காலத்தைத் தன் தாய்நாட்டிற்கே அர்ப்பணித்தார். பெருந்தலைவர் பற்றி ஒரு நூல் எழுத வேண்டும் என்ற ஆர்வம் என்னுள் எழுந்தது அந்த ஆர்வத்தின் வெளிப்பாடே இந்நூல்.

பெருந்தலைவரைப் பற்றி அறிஞர்கள் பலர் ஆற்றிய உரைகள், நாளிதழ்களில் வெளிவந்த கட்டுரைகள் மற்றும் நூல்கள் இவைகளின் தாக்கத்தால், கருத்தால், இந்நூல் உருப்பெற்றது.

நூல் வெளிவருவதற்கு ஆலோசனை நல்கிய தாமிரபரணி பொறியியல் கல்லூரி சேர்மன் M.R. பால்ராஜ் மற்றும் மனோன்மணியம் சுந்தரனார் பல்கலைக்கழக தொலைதூரக்கல்வி இயக்குநர், பேராசிரியர் M. சௌந்திரபாண்டியன் அவர்களுக்கும் வணிகவியல் துறைத் தலைவர் முனைவர் C. திலகம், நண்பர் இராம பூதத்தான், வசந்த் தொலைக்காட்சியின் இயக்குநர் H. வசந்தகுமார் M.A., நல்லாசிரியர் செல்லப்பா, என்னுடைய பெற்றோர் திரு.க. பலவேசம், திரு.ப.காமாட்சியம்மாள், என்னுடைய வாழ்க்கைப் பாதையை மாற்றிய என் அன்பு மனைவி பா. தேவி மற்றும் என்னுடைய வளர்ச்சிக்கு உதவிய நண்பர்களுக்கும் இந்நூல் வெளிக் கொணரும் நியூ செஞ்சுரி புத்தக நிறுவனம் இந்நூலை அழகிய முறையில் தட்டச்சு செய்த அன்பு தம்பி அ. ரவிசங்கர் அவர்களுக்கும் என் உளமார்ந்த நன்றியை உரித்தாக்குகிறேன்.

முனைவர் ப. பாலசுப்பிரமணியன்

பொருளடக்கம்

1. பெருந்தலைவர் காமராஜர் 1
2. காமராஜரின் நாட்டுப்பற்று 8
3. காமராஜரின் அரசியல் செல்வாக்கு 20
4. முதல்வரான காமராஜர் 25
5. கல்விக் கண் திறந்த காமராஜர் 34
6. காமராஜரின் பெருமை 40
7. பெருந்தலைவரின் சிந்தனைகள் 47
8. காமராஜரின் K. பிளான் 60
9. சமத்துவம் விரும்பிய மகத்தான தலைவர் 66
10. காமராஜரின் இறுதி நிகழ்வுகள் 72

1. பெருந்தலைவர் காமராஜர்

1. காமராஜரின் இளமைப் பருவம்

உலகத்தில் கோடானு கோடி மக்கள் பிறக்கிறார்கள், இறக்கிறார்கள். ஆனால் எல்லோரும் வரலாற்றில் இடம் பெறுவதில்லை. சாதகமாக இருக்கும்போது சரித்திரம் படைப்பவர்கள் சாதாரணமானவர்கள். ஆனால் பாதகமாக இருக்கும் போது சாதனை புரிபவர்கள்தாம் சரித்திரத்தில் இடம் பெற முடியும்.

இராமநாதபுரம் மாவட்டம் விருதுநகரில் 1903-ஆம் ஆண்டு ஜூலை மாதம் 15-ஆம் நாள் காமராஜர் பிறந்தார். இப்பொழுது விருதுநகர் என அழைக்கப்படும் நகரம் முன்பு விருதுபட்டி என்றே அழைக்கப்பட்டது. காமராஜரின் தந்தை பெயர் குமாரசாமி நாடார், தாயார் சிவகாமி அம்மாள். முதலில் காமராஜருக்கு "காமாட்சி" என்று பெயரிட்டார்கள். காமாட்சி என்பது அவர்களின் குலதெய்வமான காமாட்சி அம்மனின் பெயராகும். சிவகாமி அம்மாள் காமராஜரை "ராஜா" என செல்லமாக அழைத்து வந்தார்கள். பின்னர் காமாட்சி மற்றும் ராஜா பெயர்களை இணைத்து காமராஜர் என்றே அழைத்தார்கள். விலாசமில்லாத விருதுபட்டியின் அதிசயத்தைக் கண்ணதாசன் இவ்வாறு கவிதையாய்க் காட்டுகிறார். தேங்காய் வியாபாரி குமாரசாமிக்கும், எழுத்தறியாத சிவகாமி அம்மையாருக்கும் ஏழை மகனாய், சமூகத்தின் பிற்படுத்தப்பட்ட சாதியில் எந்தப் பராமரிப்புப் பின்னணியும் இல்லாமல் காமராஜர் பிறந்தார்.

"தங்கமணி மாளிகையில்

தனிவயிரப்ப நீதிலிட்டு

மங்கையர்கள் சுற்றிவந்து
    மங்கலமாய்க் கோலமிட்டுத்
திருநாள் அலங்காரம்
    சிலைபோல் அலங்கரித்து
வாழ்த் தொலிக்கப் பெற்றெடுக்கும்
    மகனாக வந்ததில்லை!
வண்ண மலர்த் தொட்டிலிலே
    வடிவம் அசைந்ததில்லை!
மாமதுரை நாட்டில்
    மறவர் படைநடுவில்
தேமதுரத் தமிழ் பாடும்
    திருநாடார் தங்குலத்தில்
வாழையடி வாழையென
    வந்த தமிழ்ப் பெருமரபில்
ஏழை மகன் ஏழையென
    இன்னமுதே நீ பிறந்தாய்!
நிமிர்ந்தால் தரையிடிக்கும்
    நிற்பதற்கே இடமிருக்கும்
அமைவான ஓர்குடியில்
    ஐயா நீ வந்துதித்தாய்!"

என்று பெருந்தலைவர் பிறந்த சூழலைக் கவிதையில் அழகாகக் காட்டுகிறார் கண்ணதாசன்.

காமராஜரின் பெற்றோர்கள் அவரை மிகவும் செல்லமாக வளர்த்து வந்தார்கள். காமராஜருக்குத் தங்கை ஒன்று பிறந்தது. அந்தக் குழந்தைக்கு நாகம்மாள் என்று பெயரிட்டார்கள். தங்கை மீது மிகுந்த அன்பும் பாசமும் செலுத்தினார்.

வேலாயுதம் என்பவர் நடத்திய திண்ணைப் பள்ளிக்கூடத்தில் தனது படிப்பைத் தொடங்கினார் காமராஜர். சிறுதவறு செய்தாலும் ஆசிரியர் தண்டனை கொடுத்தார். இதனால் இப்பள்ளியில் தொடர்ந்து படிக்க காமராஜருக்கு விருப்பமில்லாமல் இருந்தது. அதனால் அப்பள்ளியை விட்டு "ஏனாதிநாயனார்" வித்யாசாலையில் காமராஜரைச் சேர்த்தனர். பின்பு நாடார் சமூகத்தினர் நடத்தி வந்த

"சத்திரிய வித்தியா சாலை" என்ற பள்ளியில் காமராஜரைச் சேர்த்தார்கள். இப்பள்ளி நாடார் இன மக்களது கூட்டுறவால் துவங்கப்பட்டதாகும். பள்ளியிறுதி வகுப்பு வரை படிக்க வசதியுள்ள இப்பள்ளியில் 1888-ஆம் ஆண்டில் இலவசக் கல்வி அளிக்கப்பட்டு வந்தாலும் அப்பள்ளி மாணவர்களின் குடும்பத்தினர் நாள்தோறும் நன்கொடையாகக் கொடுத்த பள்ளிக்குப் பிடி அரிசியை கொண்டுதான் இப்பள்ளிக்குப் பிடியரிசிப் பள்ளிக்கூடம் என்ற பெயர் வந்தது. விருதுபட்டி நாடார் இனத்து வியாபாரிகளும் பிறரும் தங்களது வியாபாரத்தில் வரும் வருமானத்தில் ஒரு பகுதியை -அதாவது, குறிப்பிட்ட சதவீதத்தை வரியாகக் கட்டுவதை மகமை என்பர். ஆனால் இம் மகமை அரசு விதிக்கும் வரியல்ல. இவ்வாறு வசூலிக்கப்பட்ட மகமை பணத்தை ஊர்ப்பெரியவர்கள் ஒன்றாகச் சேர்ந்து பொதுக்காரியங்களுக்காகச் செலவிடுவர். அதுமட்டுமல்லாது பிடியரிசி கொடுத்து இலவசக் கல்வி பெற்றது தான் பிற்காலத்தில் சென்னை மாகாணத்து முதல் மந்திரியாகக் காமராஜர் தமிழகம் முழுமையும் உள்ள உயர்நிலைப் பள்ளிகளில் இலவசக் கல்வி அளித்திட வழிவகை செய்தது என்று கூறலாம்.

விருதுநகர் "சத்திரிய வித்தியா சாலை" பள்ளியில் காமராஜ் சேர்ந்த போது அவருக்கு ஆறு வயது நடந்து கொண்டிருந்தது. அப்போது தேங்காய் மண்டியில் ஒரு நாள் சுறுசுறுப்பாக வியாபாரத்தைக் கவனித்துக் கொண்டிருந்த தந்தை குமாரசாமி நாடார் அன்று பிற்பகலில் சாப்பிட வேண்டி வீட்டிற்குத் திரும்பி வந்தார். வந்ததும் தாங்க முடியாத தலைவலி என்று கட்டிலில் படுத்தார். கை வைத்தியங்கள் சிலவற்றைச் செய்தும் அவருக்குக் காய்ச்சல் குறைந்த பாடில்லை. நேரம் செல்லச் செல்ல காய்ச்சலும் அதிகமானது. நாட்டு வைத்தியர் ஒருவர் வந்து சில மாத்திரைகள் கொடுத்தும் குமாரசாமி நாடாருக்குக் காய்ச்சல் குறையவில்லை. அடுத்து விருதுநகரில் லோக்கல் பண்டு ஆஸ்பத்திரி டாக்டர் நாயர் என்பவரை அழைத்து வந்து நாடாருக்கு சிகிச்சை அளிக்கப்படும் எந்த விதமான முன்னேற்றமும் உண்டாகவில்லை. அன்றைய இரவிலேயே குமாரசாமி நாடார் உயிர்பிரிந்தது. அதனைக் கண்டு அன்னை சிவகாமியம்மையும் பாட்டி பார்வதியம்மாளும் அழுது புலம்பினர். காமராஜும், தங்கை நாகம்மாளும் கண்ணீர் விட்டுக் கதறினர்! சுலோச்சனா நாடார் முற்றிலுமாகத் தளர்ந்து செய்வதறியாது திகைத்து நின்றார்.

ஒரு சில மாதங்களுக்கு முன்தான் மைத்துனரும் பார்வதியம்மாளின் கணவருமான சின்னப்ப நாடார் மறைந்து

போனார். அந்த சோகமே மறையாது இருந்த நேரத்தில் தன் மகன் குமாரசாமி நாடாரையும் பேரன் பேத்தியையும் பார்த்து மாதக் கணக்கில் நீடிக்காது போய் இப்போது தன் மகன் குமாரசாமி நாடாரின் மறைவு அந்தத் தாயை மிகவும் கண் கலங்கச் செய்தது. தன் மருமகள் சிவகாமியின் நிலையை எண்ணி வருந்திச் சோர்ந்து போனார். விருதுபட்டி வாழ் மக்கள் அனைவராலும் மதித்துப் போற்றப்பட்ட தன் கணவரை இழந்து தவித்த சிவகாமியம்மையார் தன் இரு குழந்தைகளையும் எப்படி வளர்த்து ஆளாக்கப் போகிறோம் என்பதறியாது அழுதார். தாயின் இந்த நிலையைக் கண்டு தனயன் காமராஜும், மனம் கலங்கினான். தன்னிரு குழந்தைகளையும் வளர்த்து ஆளாக்கும் பொறுப்பை உணர்ந்து சற்று தன் சோகத்தை மறந்து இருந்த சிவகாமியம்மைக்கும், பாட்டி பார்வதியம்மாளுக்கும் சில மாதங்களிலேயே மீண்டும் ஒரு பேரிடி தலையில் இறங்கியது. ஆம், நாட்டாமைக் காரரும் சிவகாமியம்மையின் தந்தையுமான சுலோச்சனா நாடார் இறந்து போனார். ஒருவருக்கு அடுத்து ஒருவர் என அக்குடும்பத்தில் மூன்று ஆண்களும் இறந்து போனதால் அக்குடும்பம் பெரும் சோகக் கடலில் ஆழ்ந்தது. சிவகாமி அம்மை மனம் தளர்ந்து போகவில்லை. தன் உடன் பிறந்த அண்ணன்கள் இருவர் இருந்தாலும், அவர்களின் உதவியோடு எத்தனை நாட்களுக்குக் காலம் தள்ள முடியும் என்று எண்ணி மருகினாலும் அவர்கள் மீது தன் குடும்பச் சுமையை ஏற்றி வைத்திட சிவகாமி அம்மை விரும்பவில்லை. கணவன் இறந்தமையால் அச்சிறுவயதிலேயே வெள்ளைப் புடவை அணியத் துவங்கியவர் ஓர் முடிவுக்கு வந்தார். அதன்படி தன் காதுகளில் தொங்கிய பாம்படங்களைத் தவிர வேறு நகைகள் அனைத்தையும் அன்றைய மதிப்பில் ரூ. மூவாயிரத்திற்கு விற்று நம்பிக்கையான வியாபாரி ஒருவரிடம் கொடுத்து வட்டிக்கு விட்டார். அதில் அவருக்கு மாதாமாதம் ரூபாய் முப்பது வட்டியாகக் கிடைத்து வந்தது.

அந்தக் காலக் கட்டத்தில் முப்பது ரூபாய் என்பது கணிசமான தொகையாகும். மேலும் பொருட்களின் விலைகளும் மலிவாக இருந்ததால் தன் குடும்பச் செலவுகளை சிவகாமியம்மையார் தைரியமாக இந்தத் தொகையைக் கொண்டு சமாளித்து வந்தார். செலவுகளில் அவர் காட்டிய சிக்கனம் அவரது புத்திசாலித்தனம், மனோதைரியம் ஆகியவை தன் குடும்பத்தின் தலைவன் இல்லாத குறை தெரியாமல் குழந்தைகளை வளர்க்க அவருக்குத் துணையாக நின்றன. இந்நிலையிலும் கூட தன் பேரன் காமராஜ் படிப்பைத் தொடர வேண்டும் என்று பாட்டி பார்வதியம்மாள் உறுதியுடன்

இருந்தார். அன்னை சிவகாமியம்மையின் விருப்பம் அதுவாகவே இருந்தமையால் காமராஜ் தன் படிப்பைத் தொடர்ந்தார். படிப்பில் அவருக்கு இருந்த ஆர்வம் பள்ளியில் அவரை ஓர் நல்ல மாணவன் என்ற அனைவருக்கும் அடையாளம் காட்டியது. அன்றைய காலத்தில் மட்டுமல்லாது இன்றைக்கும் கூட நகர்ப்புறங்களைக் காட்டிலும் கிராமங்களிலேயே பெரும்பாலும் விநாயகர் சதுர்த்தி, சரஸ்வதி பூஜை போன்றவை வெகு சிறப்பாக கொண்டாடப்படுவையாகும். குறிப்பாகப் பள்ளிக்கூடங்களில் சரஸ்வதி பூஜை வெகு சிறப்பாக நடத்தபடும்.

விருதுநகர் சத்திரிய வித்தியா சாலையிலும் விநாயகர் சதுர்த்தி சரஸ்வதி பூஜை ஆகியவை வெகு சிறப்புடன் ஆண்டுதோறும் கொண்டாடப்பட்டு வந்தன. இதற்காக ஒவ்வொரு மாணவனிடமும் ஒன்றே காலணா வசூலிக்கப்படும் அந்த ஆண்டு விநாயகர் சதுர்த்தி நாளன்று பள்ளியில் மாணவர்களுக்கு பொரிகடலை அவல் விநியோகம் நடைபெற்றது. அப்போது அதனை வாங்க அப்பள்ளியில் படித்த மாணவர்கள் அனைவரும் பள்ளியின் மையத்தில் இருந்த ஒரு கூடம் ஒன்றில் நெருக்கியடித்து கொண்டு நின்றனர். பள்ளிக்கூடத்தின் வாசலில் ப்யூன் நின்றுகொண்டு ஒவ்வொருவராக வெளியே அனுப்பி வைத்தார். கூடத்தின் வெளியே நின்று கொண்டிருந்தார் ஆசிரியர் அவல். பொரிகடலை, தேங்காய், சில் வெல்ல கட்டி, வாழைப்பழம் ஆகியவற்றை இருகைகளிலும் அள்ளி வெளிவரும் மாணவர்களுக்குத் தக்கவாறு கொடுத்தார். மாணவர்களும் ஆசிரியர் தரும் பிரசாதக் கலவையைத் துண்டொன்றை விரித்து வாங்கிச் சென்றனர். கூடத்திலிருந்த மாணவர்கள் ஒருவரையொருவர் முந்திக்கொண்டு வெளியே சென்று பிரசாதத்தை வாங்கிச் சென்றிட முற்பட்டவாறு இருக்க சிறுவன் காமராஜ் மட்டும் எதிலும் கலந்துகொள்ளாது தனியே ஒதுங்கி நின்றான். மாணவர்கள் அனைவரும் சென்ற பி[illegible] அவன் வந்த சமயத்தில் பிரசாதக் கூடைகள் காலியாக இருந்[illegible]. அதனால் காமராஜுக்கு மிகவும் சிறிதளவே பிரசாதம் கிடைத்தது. அதனைத் தன்துண்டை விரித்து வாங்கிய காமராஜ் தன் வீட்டிற்குத் திரும்பினார்.

தன் மகன் காமராஜ் பள்ளியில் இருந்து கொண்டு வந்த பிரசாதத் துண்டு முடிச்சை அவிழ்த்[illegible]ப் பார்த்த அன்னை சிவகாமியம்மை அவரிடம், "என்ன ராஜா... தேங்காய் சில் வெல்லக்கட்டி வாழைப்பழம் என எதுவுமே இல்லை. அவல் பொரிகூட கொஞ்சம் தானே இருக்கு! வாத்தியார் உனக்குத் தரலயா?"

என்று கேட்டதும் காமராஜ் "எனக்குப் போட்டது இவ்வளவு தான்" என்றார். அதற்கு அன்னை, "மத்த பசங்க எல்லாரும் முந்தி போயிருப்பாங்க. அவர்களுக்கு நிறைய கிடைச்சிருக்கும்? நீ கடைசியாகப் போனாயா?" என்று வினவினார். உடனே காமராஜ், "என்னம்மா சொல்றீங்க? மத்தவங்க போல நானும் முந்திக்கிட்டுப் போயிருந்தாத்தான் எனக்கு நிறைய கிடைக்குமா? இது என்ன நியாயம்? நானும் எல்லோரையும் போல காசு கொடுத்திருக்கும் போது எனக்கு மட்டும் ஏன் குறைச்சலா தரணும்?" என்றான். "சரி சரி கேட்கலாம்" என்று சிவகாமியம்மை வீட்டினுள் சென்று விட்டாலும் தன் மகன் கேட்ட நியாயம் அவருக்கு அவ்வளவாகப் பிடிபடவில்லை. ஆனாலும் காமராஜ் தன் வாதத்தை மாற்றிக் கொள்ளவில்லை. எல்லோரும் சமமாகப் பணம் கொடுத்திருக்கும் போது அனைவருக்குமே விநாயகர் சதுர்த்திப் பிரசாதம் சமமாகத் தானே கிடைத்திருக்க வேண்டும்.

இந்நிகழ்வே பிற்காலத்தில் காமராஜின் அரசியல் கோட்பாடாகவும் இருந்தது. பணி அவரது பொற்கால ஆட்சியின் கொள்கையாகவும் இருந்தது. 'விளையும் பயிர் முளையிலே தெரியும்' என்ற முதுமொழிக்கு எடுத்துக்காட்டாக காமராஜின் அன்றைய நிகழ்வு வெகு பொருத்தமாக அமைந்தது.

காமராஜ் கல்வியில் கவனம் கொண்டிருந்தாலும் விளையாட்டில் மிகுந்த ஆர்வம் உள்ளவராக இருந்தார். இளம் வயதிலிருந்தே அரசியல் கூட்டங்களில் கலந்து கொள்வதில் கவனம் செலுத்தினார். தலைவர்களின் பேச்சைக் கேட்டு நாட்டில் நடைபெறும் விஷயங்களை அறிந்து கொள்வார். மதுரையைச் சேர்ந்த வழக்குரைஞரும் அரசியல்வாதியுமான ஜார்ஜ் ஜோசப் விருதுப்பட்டியில் அரசியல் மேடைகளில் பேசுவதைக் கேட்ட காமராஜ் அவரது பேச்சில் மிகவும் ஈடுபாடு கொண்டார். மேடையின் முன்னால் அமர்ந்து பேச்சைக் கேட்கும் காமராஜரின் ஆர்வத்தைப் புரிந்து கொண்டார். ஜார்ஜ் ஜோசப் மூலம் காமராஜ் அரசியல் அறிவை வளர்த்துக் கொண்டார்.

"இளம் கன்று பயம் அறியாது" என்ற பழமொழிக்கு ஏற்ப சிறுவர் காமராஜருக்கு பயம் என்பதே அறியாத வீரராக திகழ்ந்தார். இளம் வயதில் கபடி விளையாட்டில் மிகவும் ஆர்வம் கொண்டு விளங்கினார். காமராஜர் கட்டுக்கடங்காமல் ஓடிய கோயில் யானையைத் தமது வீரத்தாலும், விவேகத்தாலும் அடக்கிக் காட்டிய வீரர் ஆவார். பன்னிரண்டு வயது காமராஜர்

கல்வியில் கருத்தில்லாமலும், வீர விளையாட்டுகளில் விருப்பம் கொண்டு வாழ்ந்து வந்தார். அதனை அறிந்த அவரது தந்தையார் காமராஜரின் படிப்பை நிறுத்தினார். தம் ஜவுளிக் கடையிலேயே வைத்துக் கொண்டார். அங்கு வேலை பார்ப்பது அவருக்குப் பிடித்திருந்தது. ஜவுளிக் கடையில் வேலை செய்த நேரம் போக மற்ற நேரங்களில் காமராஜர் ஒரு பொடிக் கடையில் வேலையும் பார்த்து வந்தார். அந்தக் கடைக்கு நண்பர்கள் அனைவரும் வருவார்கள். எல்லோரும் சேர்ந்து பேசுவது, அரட்டை அடிப்பது எல்லாம் அங்குதான். காமராஜர் சிறுவயதிலேயே நாட்டுப்பற்றுடன் வளர்ந்தார். முதல் உலகப்போரின் போது போரின் செய்திகளையும், பொதுச் செய்திகளையும் அறிந்து கொள்ளும் ஆர்வம் சிறுவர் காமராஜருக்கு ஏற்பட்டது. போர்ச் செய்திகளைப் படிக்கும் போது அவர் இந்திய விடுதலைப் போராட்டச் செய்திகளையும் படித்து வந்தார். மெதுவாக அவர் நெஞ்சில் நாட்டுப்பற்று வளரத் தொடங்கியது. காங்கிரஸ் கட்சியின் நடவடிக்கைகளைத் தெரிந்து கொள்ள அவர் ஆர்வம் காட்டினார். காமராஜர் காங்கிரஸ் கட்சியினர் நடத்தும் பொதுக்கூட்டங்களுக்கும் போகத் தொடங்கினார். விருதுநகருக்குக் காங்கிரஸ் கட்சித் தலைவர்கள் அடிக்கடி வருவார்கள். சொற்பொழிவு நிகழ்த்துவர். டாக்டர் வரதராஜுலு நாயுடு, தமிழ்த் தென்றல் திரு. வி. கல்யாண சுந்தரனார் போன்றோர் அங்கு அடிக்கடி வந்து பேசுவார்கள். அந்தக் கூட்டங்களுக்குக் காமராஜர் தவறாமல் சென்று விடுவார். அவர்களின் உணர்ச்சிமிக்க சொற்பொழிவுகள் சிறுவர் காமராஜரின் சிந்தையைக் கவர்ந்தன.

அவரை அறியாமலேயே அவர் நெஞ்சில் நாட்டுப் பற்று கொழுந்து விட்டு எறியத் தொடங்கியது. அவர் தீவிரத் தேசியவாதியாக மாறினார். ஆயினும் அவர் கட்சி வேலைகளில் ஈடுபடவில்லை. அவர் காங்கிரஸ் கட்சியில் தீவிரமான தொண்டராகச் சேர்ந்து பணியாற்றிட விரைவிலேயே வாய்ப்புக் கிடைத்தது. முதல் உலகப் போர் முடிந்தது, பிரிட்டிஷ் அரசுக்கு வெற்றி கிடைத்தது. கல்விக்குத் தந்தையாக விளங்கினார். சிறு வயதிலேயே பொறுமையுடன் இருந்தார். காலம் தவறாமல் கடமை ஆற்றினார். மாணவர்களுக்குப் படிக்கும் போதே அரசியல் வேண்டாம் என கூறினார். வீரமுடனும், அன்புடனும் உழைத்தும் வாழ வேண்டும் என அறிவுரை கூறினார்.

❋❋❋

2. காமராஜரின் நாட்டுப்பற்று

இளம் வயதிலேயே நாட்டுப்பற்று கொண்ட காமராஜர் செய்தித் தாள்களைத் தினமும் படித்து அரசியலைப் பற்றித் தெரிந்து கொண்டார். நாட்டின் விடுதலைக்காகப் போராடுபவர்களை வெள்ளையர்கள் சிறைபிடித்தார்கள்; கொடுமைப்படுத்தினார்கள். இந்நிலையில் 1920-ஆம் ஆண்டு அவர் இந்திய தேசிய காங்கிரஸில் உறுப்பினராகச் சேர்ந்தார். காங்கிரஸ் கட்சி நடத்திய ஒத்துழையாமை இயக்கம் மற்றும் சட்ட மறுப்பு இயக்கத்தில் தீவிரமாகக் கலந்து கொண்டார்.

திருமணம் செய்து வைத்தால் குடும்பத்தைக் கவனிப்பார், தொழிலிலும் அக்கறையுடன் இருப்பார், காமராஜருக்குப் பொறுப்பு உண்டாகும் என அவரது தாய் சிவகாமி அம்மாள் நினைத்தார். காமராஜரின் தாய், மாமனாருடன் சேர்ந்து திருமண ஏற்பாடுகளைச் செய்ய ஆரம்பித்தார். இதனை அறிந்த காமராஜர் தனக்குத் திருமணம் வேண்டாம் என்பதில் மிகவும் உறுதியாக இருந்ததால் தாயார் சிவகாமி அம்மாள் திருமணத்தைப் பற்றி பின்னர் வற்புறுத்தாமல் விட்டு விட்டார். காமராஜர் எதிலும் ஈடுபாடாக இல்லாமல் நாட்டுக்காக உழைப்பதில் ஆர்வம் காட்டினார். சுதந்திரப் போராட்டத்தில் ஈடுபாடு காட்டினார். அதனால் திருவனந்தபுரத்தில் மரக்கடை வியாபாரம் செய்யும் இன்னொரு தாய்மாமனரான காசி நாடாரின் கடைக்கு அனுப்பினால் காமராஜரின் கவனம் தொழில் மீது பதியும் எனக் கருதிய தாய் சிவகாமி அம்மாள் காமராஜரைத் திருவனந்தபுரத்திற்கு அனுப்பி வைத்தார். காமராஜர் திருவனந்தபுரம் வந்த நேரத்தில் கேரளாவில் சாதிப் போராட்டங்கள் நடந்தன. இனவேற்றுமைக் கொடுமைகள் நீங்க ஈ.வே.ரா. பெரியார் வைக்கம் போராட்டத்தை நடத்தினார். காமராஜர் அந்தப் போராட்டத்திலும் தன்னை

ஈடுபடுத்திக் கொண்டார். கேரளாவில் நடந்த எல்லா சுதந்திரப் போராட்டங்களிலும் கலந்து கொண்டு நாட்டு விடுதலைக்காகப் போராடினார்.

இந்தியாவின் சக்கரவர்த்தியாக ஐந்தாம் ஜார்ஜ் மன்னர் 1911-ஆம் ஆண்டு டிசம்பர் மாதம் 12-ஆம் தேதி முடிசூட்டிக் கொண்டார். தொண்டர்களை வெள்ளையர்கள் கொடூரமாக நடத்திய முறையும், தலைவர்களின் தீவிரமான எதிர்ப்புகளும் இளைஞர்களின் தேசிய உணர்வைத் தூண்டின. செய்தித்தாள்களைப் படித்துப் பல விஷயங்களைத் தெரிந்து கொண்ட காமராஜர் காந்தியடிகள், திரு. வி. க. சத்தியமூர்த்தி, ஜார்ஜ் ஜோசப் போன்ற தலைவர்களின் சொற்பொழிவுகளைப் படித்தார். தந்தை இறந்து விட்டபடியால் வீட்டைக் காக்க வேண்டும் என்ற கடமையை விட நாட்டுக்கு சேவை செய்ய வேண்டும் என்ற எண்ணமே மேலோங்கி இருந்தது.

விருதுபட்டியில் டாக்டர் வரதராஜுலு நாயுடு அவர்களின் கூட்டம் நடைபெற உள்ளதாக அறிவிக்கப்பட்டதும், மிகவும் மகிழ்ச்சி அடைந்தார். காமராஜர் மாலை நேரத்திலேயே கடையைப் பூட்டி சாவியை மாமனாரிடம் கொடுத்துவிட்டுக் கூட்டத்திற்குச் சென்று விட்டார்.

அரசியல் கூட்டத்திற்குக் காமராஜர் சென்று விட்டார், என்பதை அறிந்த காமராஜரின் தாயாரும், அவரது மாமாவும் காமராஜருக்கு புத்திமதி கூறினார்கள். ஆனால் காமராஜரின் போக்கில் எந்தவித மாற்றமும் ஏற்படவில்லை. இந்தியத் தேசிய காங்கிரஸில் 1920ஆம் ஆண்டு உறுப்பினராகச் சேர்ந்தார் காமராஜர். காமராஜர் பொதுப்பணிகளில் ஆர்வம் கொண்டு இந்தியத் தேசிய காங்கிரஸில் உறுப்பினரானதையும் அறிந்த தாயாரும் அவரது மாமாவும் மிகவும் கவலை அடைந்தார்கள். கூட்டங்களுக்குச் சென்று சொற்பொழிவைக் கேட்பது என்ற நிலை மாறி அரசியல் கூட்டங்களை காமராஜரே நடத்தத் தொடங்கினார். கூட்டங்கள் நடத்துவதற்குப் பணம் தேவைப் பட்டது. தன் நண்பர்களுடன் உண்டியல் ஏந்தி வசூலித்தார். உண்டியல் குலுக்கியதில் நிறையப் பணம் கிடைத்தது. கூட்டங்களை மிகவும் சிறப்போடு நடத்தினார். அக்காலத்தில் கூட்டங்கள் நடைபெறுவதைத் தண்டோராப் போட்டு அறிவிப்பது வழக்கம். காங்கிரஸ் கூட்டங்கள் நடப்பதைத் தடுக்க விரும்பிய சிலர் தண்டோராப் போடுபவர்களைப் பயமுறுத்தித் தடுத்தனர். இதை அறிந்த காமராஜர் தண்டோராவைத் தனது

கழுத்தில் மாட்டிக் கொண்டு "வந்தே மாதரம்" என்று முழங்கியபடியே கூட்டம் நடக்க உள்ளதைத் தானே அறிவிப்பு செய்தார். அன்பான தாயார், மாமாவின் கடை இதையெல்லாம் விட்டு விட்டு அரசியல் கூட்டம் நடத்தி பல கஷ்டங்களை அனுபவித்தார். வெளியூருக்கு அனுப்பினால் மகன் மனம் மாறுவான். என எதிர்பார்த்த சிவகாமி அம்மையார் திருவனந்தபுரம், போடி நாயக்கனூர் ஆகிய ஊர்களுக்குக் காமராஜரை அனுப்பி வைத்தார். காமராஜர் திருவனந்தபுரத்தில் தங்கியிருந்த போது வெள்ளையர் ஆட்சியை எதிர்த்துப் பெரியார் போராட்டம் ஒன்றினை நடத்தினார். அதில் காமராஜரும் கலந்து கொண்டார். சில நாட்களுக்கு பின் விருதுபட்டிக்கே காமராஜ் திரும்பினார். காங்கிரஸ் கட்சிப் பணிகளில் தீவிரமாக ஈடுபட்டார். 1923-ஆம் ஆண்டு நாகபுரி கொடிப் போராட்டத்தில் பங்கு கொண்டார். அதே ஆண்டு மதுரையில் நடைபெற்ற கள்ளுக்கடை மறியல் போராட்டத்தில் கலந்து கொண்டார். பின்னர் 1925-ஆம் ஆண்டு கடலூரிலிருந்து தமிழ்நாடு காங்கிரஸ் கமிட்டி உறுப்பினராகத் தேர்ந்தெடுக்கப்பட்டார். தேர்தல் பணிக்காக 1926-ஆம் ஆண்டு சத்தியமூர்த்தி சீனிவாச அய்யங்கார் ஆகியோருடன் பணிபுரிந்தார். சென்னையில் 1927-ஆம் ஆண்டு கர்னல் நீல் சிலையை அகற்றும் போராட்டத்தைத் நடத்த அண்ணல் காந்தியிடம் அனுமதி பெற்றார். போராட்டம் நடைபெறுவதற்குள் அரசாங்கமே நீல் சிலையை அகற்றிவிட்டது. 1930-ஆம் ஆண்டு வேதாரண்யத்தில் நடைபெற்ற உப்புச்சத்தியாக்கிரகத்தில் கலந்து கொண்டார். பின்னர் அவர் இரண்டாண்டு அலிபூர் சிறையில் அடைக்கப் பட்டார். 1931-ஆம் ஆண்டு காந்தி இர்வின் ஒப்பந்தம் காரணமாக விடுதலை செய்யப்பட்டார்.

இராமநாதபுரத்திலிருந்து சென்னை மாகாணக் காங்கிரஸில் செயற்குழுவிற்குத் தேர்ந்தெடுக்கப்பட்டார். 1933-ஆம் ஆண்டு காமராஜர் மீது விருதுநகர் ஸ்ரீவில்லிபுத்தூர் போலீஸ் ஸ்டேஷன் வெடிகுண்டு வழக்கு பொய்யாக உருவாக்கப்பட்டது. இந்த வழக்கில் காமராஜர் சிறைக்கு அனுப்பப்பட்டார். குற்றம் நிரூபிக்கப்படாததால் விடுதலை செய்யப்பட்டார். காமராஜரின் உழைப்பால் 1934-ஆம் ஆண்டு பொதுத் தேர்தலில் பெருவாரியான வாக்குகளைப் பெற்று காங்கிரஸ் வென்றது. 1936-ஆம் ஆண்டு காரைக்குடியில் நடைபெற்ற காங்கிரஸ் கமிட்டித் தேர்தலில் சத்தியமூர்த்தி தலைவராகவும், காமராஜர் செயலாளராகவும் தேர்ந்தெடுக்கப்பட்டனர். 1937-ஆம் ஆண்டு நடைபெற்ற சட்டசபைத் தேர்தலில் சாத்தூர் தொகுதியில் வேட்பாளராக

இருந்து வெற்றி பெற்றார். 1940-ஆம் ஆண்டு தமிழ்நாடு காங்கிரஸ் தலைவர் தேர்தலில் வெற்றிப் பெற்றார். 1941-ஆம் ஆண்டு யுத்த நிதிக்கு எதிர்ப்புப் பிரசாரம் செய்ததால் கைது செய்யப்பட்டு, வேலூர் சிறையில் அடைக்கப்பட்டார்.

காமராஜரின் போராட்டங்கள்:- இந்தியத் சுதந்திரப் போராட்ட வரலாற்றில் "ஜாலியன் வாலாபாக்" படுகொலை மிகவும் கொடூரமானது. 1919-ஆம் ஆண்டு ரவுலட் சட்டம் என்றொரு சட்டம் இயற்றப்பட்டது. இதைப் பல தலைவர்கள் எதிர்த்த படியால் கைது செய்யப்பட்டனர். கைது செய்தவர்கள் விடுதலைச் செய்யக் கோரியவர்கள் மீது துப்பாக்கிச் சூடு நடத்தப்பட்டது. இதில் பலர் மரணமடைந்தனர். இந்தத் துயரச் சம்பவத்தைக் கண்டித்து 1919-ஆம் ஆண்டு ஏப்ரல் மாதம் 13-ஆம் தேதி அமிர்தசரஸ் நகரில் உள்ள ஜாலியன் வாலாபாக் மைதானத்தில் பொதுக் கூட்டம் நடந்தது. இந்தப் பொதுக் கூட்டத்திற்கு வந்தபோது மக்களை ராணுவத்தினர் சுடுவதற்கு உத்தரவிட்டார். சுடப்பட்டதில் சுமார் 379-க்கும் அதிகமானோர் மரணம் அடைந்தார்கள். பலர் காயம் அடைந்தனர். "ஜாலியன் வாலாபாக் படுகொலையைக்" கண்டித்தும் டயரின் கொடுமையான செயலுக்கு நீதிவிசாரணை அமைக்க வேண்டுமென்றும் நாடு முழுவதும் ஏற்பட்ட கொந்தளிப்பைக் கண்ட ஆங்கிலேய அரசு நீதி விசாரணையை அமைக்க ஒப்புக் கொண்டது. இந்த நீதி விசாரணை சாட்சி கூற ஒரு தூதுக்குழுவை அனுப்புமாறு இந்திய அரசுக்கு உத்தரவிட்டார். இக்குழுவின் செயலாளராகத் தீரர் சத்தியமூர்த்தி இங்கிலாந்திற்கு அனுப்பி வைக்கப்பட்டார். தீரர் சத்தியமூர்த்தி இந்தியாவிற்குத் திரும்பி வந்த பின்பு பல்வேறு இடங்களில் பொதுக்கூட்டங்கள் நடைபெற்றன. விருதுப்பட்டியில் தீரர் சத்தியமூர்த்தியின் பொதுக்கூட்டத்திற்குக் காமராஜரும் அவரது நண்பர்களும் ஏற்பாடு செய்தார்கள். தீரர் சத்தியமூர்த்தியின் பேச்சில் மனம் பறி கொடுத்த காமராஜர் அவர் வழியில் வாழ்க்கைப் பயணத்தைத் தொடர்ந்தார். காந்தியடிகளின் ஒத்துழையாமை இயக்கங்களில் தீவிரமாக ஈடுபட்டார். கள்ளுக்கடை மறியலையும் தீவிரமாக நடத்தினார். காமராஜர் நாகபுரியில் கொடிப் போராட்டத்தைத் நடத்தினார். இதில் கலந்து கொள்வதற்காகத் தமிழ்நாட்டிலிருந்து தொண்டர்கள் பலர் நாகபுரிக்குச் சென்றார்கள். காமராஜரும் நாகபுரி சென்று வந்தார். இந்தியாவில் விடுதலைப்போர் தீவிரம அடையவே, இந்திய மக்களின் எதிர்ப்பை எவ்வகையில் சமாளிப்பது என்பதை அறிய சைமன் என்பவரது தலைமையில்

ஒரு குழுவை ஆங்கிலேய அரசு அமைத்தது. இந்திய மக்களின் துயரங்களை அறிந்து கொள்ள ஆங்கிலேயர் வர உள்ளதை எல்லாக் கட்சியினரும் எதிர்த்தனர். சைமன் தலைமையில் வந்த குழுவை தஞ்சை மற்றும் மதுரை மாவட்டங்களில் காமராஜரின் தலைமையிலானவர்கள் புறக்கணித்தார்கள். காமராஜர் நடத்திய அனைத்துப் போராட்டங்களிலும் அகிம்சை வழியை மேற்கொண்டார்.

சிறை சென்ற காமராஜர்:- சட்டமறுப்பு அறப்போர்களைத் தொடங்குவது என காந்தியடிகள் முடிவு செய்தார். முதலில் உப்புச் சட்டத்தை மீறுவது என முடிவு செய்யப்பட்டு 1930-ஆம் ஆண்டு மார்ச் மாதம் 12ஆம் தேதி தண்டி என்ற பகுதிக்கு உப்புச் சட்டத்தை மீறுவதற்காகத் தொண்டர்களுடன் கால்நடையாகப் பயணத்தை மேற்கொண்டார். இதுவே தண்டி யாத்திரை என்று புகழ் பெற்றது. தமிழ்நாட்டில் வேதாரண்யத்தில் 1930-ஆம் ஆண்டு 12-ஆம் தேதி உப்புச் சத்தியாக்கிரகம் நடந்தது. மூதறிஞர் ராஜாஜி, சர்தார் வேதரத்தினம் ஆகியோருடன் காமராஜரும் சென்றார். ஆங்கிலேய அரசு காமராஜரைக் கைது செய்தது. அலிப்பூர் சிறைக்கு அழைத்துச் செல்லப்பட்ட அவர் இரண்டு வருடங்கள் சிறைவாழ்க்கையை அனுபவித்தார். இந்தியாவில் உள்ள தொண்டர்களை ஆங்கிலேய அரசு சிறையில் அடைக்க உத்தரவிட்டது. தொண்டர்களில் பலர் தமிழகத்தின் சிறைகளில் அடைக்கப்பட்டனர். காமராஜரும் சிறையில் அடைக்கப்பட்டார். சிறையிலிருந்து விடுதலை பெற்ற சில நாட்களில் விருதுப்பட்டி அஞ்சல் நிலையம் மற்றும் காவல் நிலையம் ஆகியவற்றில் வெடிகுண்டு வீசப்பட்டதற்குக் காமராஜர்தான் காரணம் என குற்றம் சாட்டப்பட்டுச் சிறையில் அடைக்கப்பட்டார். சிறந்த வழக்கறிஞரான ஜார்ஜ் ஜோசப் தனது வாதத் திறமையால் காமராஜர் நிரபராதி என்று வாதாடினார். நீதிமன்றம் காமராஜரை விடுதலை செய்தது.

சென்னை மாகாண சட்டசபையில் நீதிக் கட்சியின் ஆதிக்கம் உச்சக் கட்டத்தில் இருந்தது. நீதிக் கட்சியைச் சேர்ந்தவர்களுக்கு உயர்ந்த பதவிகளைக் கொடுத்து தங்கள் வசப்படுத்தி விடலாம் என ஆங்கிலேய அரசு திட்டமிட்டுச் செயல்பட்டுக் கொண்டிருந்தது. நீதிக் கட்சியைத் தோற்கடிக்க சத்தியமூர்த்தி காமராஜர் போன்றோர் முயற்சி செய்தார்கள். 1934-ஆம் ஆண்டு மத்திய சட்ட சபை தேர்தல் நடந்தது. சத்தியமூர்த்தியை எதிர்த்து நீதிக் கட்சியைச்

சேர்ந்த சர். ஏ. ராமசாமி முதலியார் போட்டியிட்டார். தேர்தலில் தீரர் சத்தியமூர்த்தி வெற்றி அடைந்தார். 1936-ஆம் ஆண்டு காரைக்குடியில் காங்கிரஸ் கட்சி தேர்தல் நடைபெற்றது. செயலாளராக காமராஜரும், தலைவராக சத்தியமூர்த்தியும் வெற்றி பெற்றார்.

காமராஜர் ஊர் ஊராகச் சென்று கட்சிப் பிரசாரம் செய்தார். கிடைத்ததை உண்டார். தயிரோடு சேர்த்து ஒருவேளை சாப்பாடு கிடைத்தாலே போதும் என்று நினைத்தார். அவருக்கு நெருங்கிய பல நண்பர்கள் இருந்தார்கள். அவர்களுள் முத்துச்சாமி என்பவரும் ஒருவர். அவர் சிறந்த பேச்சாளர். அவரும் காமராஜரும் இணைபிரியாமல் பல இடங்களுக்குச் சென்று கட்சிக் கொள்கையைப் பரப்பி வந்தார்கள். அந்நாளில் காமராஜர் அளவோடு பேசுவார். செயல்புரிவதிலே அவர் வல்லவர். பம்பரம் போல் சுழன்று பணிபுரியும் பண்புடையவர். காமராஜர் கலந்து கொள்ளாத போராட்டமே இல்லை எனலாம். அவர் மட்டுமின்றி மற்றவர்களையும் கலந்து கொள்ளும்படி தூண்டினார். உப்புச் சத்தியாக்கிரகத்தில் காமராஜருக்கு இரண்டு வருட சிறைத் தண்டனை விதிக்கப்பட்டது.

காமராஜரின் விடுதலை:- நாட்கள் ஓடின. விரைவில் காந்தி - இர்வின் ஒப்பந்தம் ஏற்பட்டது. அரசு ஒப்பந்தப்படி கடற்கரைப் பகுதிகளில் வாழ்ந்த மக்கள் தங்கள் சொந்தத் தேவைக்காக உப்பு தயாரித்துக் கொள்ள அரசு சம்மதித்தது. அந்த ஒப்பந்தப்படி இன்னும் சில கோரிக்கைகளையும் ஆங்கில அரசின் பிரதிநிதியான இர்வின் ஏற்றுக் கொண்டார். அதனால் உப்பு சத்தியாக்கிரகத்தில் சிறை சென்ற அனைவரையும் தண்டனைக் காலம் முடியும் முன்பே விடுதலை செய்தார்கள். அவ்வாறு விடுதலை பெற்றவர்களில் நமது காமராஜரும் ஒருவர். விடுதலை பெற்றதும் அவர் விருதுநகருக்குத் திரும்பினார். காமராஜர் விருதுநகருக்குத் திரும்பும் செய்தி காட்டுத்தீ போலப் பரவியது. மக்கள் ஆயிரக்கணக்கில் விருதுநகர் இரயில் நிலையத்தில் கூடினர். அதுவரை அந்த இரயில் நிலையத்தில் அவ்வளவு கூட்டம் யாருக்கும் கூடியதில்லை. மக்கள் அவரை ஊர்வலமாக வீட்டுக்கு அழைத்துச் சென்றனர்.

காந்தி - இர்வின் ஒப்பந்தம் ஏற்பட்ட சிறிது காலத்திற்குப் பின்னர் இர்வினுடைய பதவிக்காலம் முடிந்து அவர் இங்கிலாந்துக்குத் திரும்பினார். அவருக்குப் பின் அரசபிரதிநிதியாக இந்தியாவுக்கு வந்த வெலிங்டன் பிரபு அந்த ஒப்பந்தத்தை மதிக்கவில்லை. ஒப்பந்தம் தோல்வியடைந்து இரண்டாவது வட்டமேஜை மாநாட்டுக்குச் சென்றிருந்த காந்தியடிகளும்

உடன்பாடு ஏதும் ஏற்படாததால் தோல்வியுடன் இந்தியாவுக்குத் திரும்பினார். பம்பாய் துறைமுகத்தில் வந்திறங்கிய காந்திஜி ஆங்கில அரசால் கைது செய்யப்பட்டார். காரணம் இன்றி காங்கிரஸ் கட்சித் தலைவர்களும் தொண்டர்களும் கைது செய்யப்பட்டனர். வேலூர் சிறையில் வைக்கப்பட்டு, பின் விடுதலை செய்யப்பட்டனர். சென்னை மாகாணச் சதி வழக்கு ஒன்று 1933-இல் பதிவு செய்யப்பட்டது அந்த வழக்கில் காமராஜரையும் சேர்த்து வழக்கு ஜோடித்தனர். பின் விசாரணையின் போது குற்றமற்றவர் என்பது நிரூபிக்கப்பட்டது. அதே போல் விருதுநகர் வெடிகுண்டு வழக்கிலும் காமராஜர் குற்றவாளி என்று வழக்கு ஜோடித்தார்கள். அந்த வழக்கிலும் காமராஜர் குற்றமற்றவர் என்பது நிரூபிக்கப்பட்டது.

உண்மையான, தூய்மையான தொண்டுக்கு என்றும் மதிப்பு உண்டு. உலக வரலாற்றை எடுத்துப் படித்தால் ஏழைக் குடும்பத்தில் பிறந்த பலர் உண்மையான தொண்டாற்றி உயர்ந்ததை அறியலாம். தமிழ்நாட்டில் உண்மைத் தொண்டு ஆற்றி உயர்ந்த தலைவர்களுள் காமராஜர் மிகவும் தலையானவர் என்று கூறினால் அது மிகையாகாது. சத்தியமூர்த்தி சிறந்த அறிஞர். ஆங்கிலம், தமிழ், வடமொழி ஆகிய மூன்றிலும் வல்லவர். கலைகளில் தொண்டர்களிடம் அளவற்ற அன்புடையவர். காமராஜருடைய தொண்டு மனமும் நாட்டுப்பற்றும் சத்திய மூர்த்தியை மிகவும் கவர்ந்தன. அவரைத் தனது நம்பிக்கைக்குரியவராகக் கருதினார். காமராஜரும், சத்தியமூர்த்தியின் தலைமையை விரும்பி ஏற்றுக் கொண்டார். சத்தியமூர்த்தியின் வலக்கரமாக விளங்கினார். காங்கிரஸ் கட்சியின் வளர்ச்சிக்காக எதைச் செய்தாலும் இருவரும் ஒருவரையொருவர் கலந்து ஆலோசித்து செய்தனர். நாளுக்கு நாள் அவர்களுடைய நட்பு வளர்பிறைபோல் வளர்ந்தது.

1936-ஆம் ஆண்டில் சத்தியமூர்த்தி தமிழ்நாடு காங்கிரஸ் கட்சியின் தலைவராகத் தேர்ந்து எடுக்கப்பட்டார். காமராஜரும் தமிழ்நாடு காங்கிரஸ் கமிட்டியின் செயலாளர்களுள் ஒருவராக தேர்ந்து எடுக்கப்பட்டார். சத்தியமூர்த்தியும். காமராஜரும் தோளோடு தோளாக கட்சிப் பணியில் ஈடுபடலானார்கள். 1936-ஆம் ஆண்டு சட்டசபை தேர்தல் வந்தது. காங்கிரஸ் கட்சிக்கு மக்களிடம் மிகுந்த செல்வாக்கு இருந்தது. அதை ஆங்கிலேயர்கள் அறிவார்கள். இருப்பினும், செல்வாக்கு இல்லை என்று காரணம் காட்டி தேர்தலில் இந்தியா முழுவதும் காங்கிரஸ் கட்சியைத் தோற்கடிக்க நினைத்தனர். அப்போது ஆந்திரா, கேரளம், கர்நாடகம், தமிழ்நாடு, ஆகிய நான்கும் ஒன்றாக இணைந்து

சென்னை மாகாணத்தில் முதலில் தேர்தல் நடத்த வேண்டும் என்று முடிவு செய்தார்கள். சென்னை மாகாணத்தில் காங்கிரஸ் கட்சி தேர்தலில் தோற்றால் அதை காட்டியே இந்தியா முழுவதும் காங்கிரஸைத் தோற்கடித்து விடலாம் என நினைத்தனர். சென்னை மாகாணத்தில் முதலில் தேர்தல் நடத்த முடிவானது. சென்னை மாகாணத்தில் காங்கிரஸ் கட்சியின் ஆற்றல் மிகுந்த தலைவராக சத்தியமூர்த்தி இருந்தார். அறிவு மிக்க இராஜாஜி, மக்களின் பேராதரவு பெற்ற காமராஜர் போன்றோர் இருந்தனர். இராஜாஜி பட்டதாரிகள் தொகுதியிலிருந்து சட்டசபைக்குப் போட்டியிட இருந்தார். காங்கிரஸ் கட்சி பெரும்பான்மையான வெற்றிப் பெற்று அமைச்சரவையை அமைத்தது. சத்தியமூர்த்தியைப் மேல்சபை உறுப்பினராகவும் அமைச்சராகவும் ஆக்க வேண்டும் என்று மக்கள் கூறினர். சத்தியமூர்த்தியும் அதற்குச் சம்மதித்தார் காமராஜர் தம் தலைவர் சத்தியமூர்த்தியுடன் தமிழ்நாடு முழுவதும் சூறாவளிப் பயணம் செய்தார். காமராஜர் சாத்தூர் சட்டசபை தொகுதியில் காங்கிரஸ் கட்சி வேட்பாளராக நின்று போட்டியிட்டார். தேர்தல் நடந்து முடிந்தது. தேர்தலில் காங்கிரஸ் கட்சி பெருபான்மையான இடங்களில் வெற்றி பெற்றது. வெள்ளையர் கண்ணில் மண் விழுந்தது. காமராஜர் சாத்தூர் சட்டசபைத் தொகுதியில் வெற்றி பெற்றார். காமராஜர் வெற்றி பெற்றதைத் அறிந்து மிகவும் சந்தோஷப்பட்டவர் சத்தியமூர்த்தியே. இராஜாஜி தலைமையில் அமைச்சரவை அமைக்கப்பட்டது. ஆனால் தாம் சொன்னபடி நடக்கவில்லை. சத்தியமூர்த்தியை மேல்சபை உறுப்பினர் ஆக்கவும் இல்லை; அமைச்சரவையில் சேர்த்துக்கொள்ளவும் இல்லை. அதை அறிந்த காமராஜர் மனம் நொந்தார். சட்டசபை நிகழ்வுகளில் அவர் அதிக ஆர்வம் காட்டவில்லை. சட்டசபையில் இராஜாஜியின் ஆட்களே நிரம்பி இருந்ததால் காமராஜருக்கு எவ்வித முக்கியத்துவமும் அளிக்கப் படவில்லை. 1938-ஆம் ஆண்டில் இராஜாஜியே தமிழ்நாடு காங்கிரஸ் கமிட்டியின் தலைவரானார். இராஜாஜியின் கையே ஓங்கி இருந்தது. 1938-ஆம் ஆண்டில் சத்தியமூர்த்தி காங்கிரஸ் கமிட்டியின் தலைவர் பதவிக்குப் போட்டியிட்டார். இராஜாஜியோ முத்துரங்க முதலியாரை அவருக்கு எதிராக நிறுத்தினார். இறுதியில் முத்துரங்க முதலியார் வெற்றி பெற்றார். சத்தியமூர்த்தி தோற்றார். 1940-ஆம் ஆண்டில் தமிழ்நாடு காங்கிரஸ் கமிட்டியின் தலைவர் கட்சித் தலைவர் பதவிக்கு காமராஜரை நிறுத்தினார் சத்தியமூர்த்தி. இராஜாஜியோ சுப்பையா என்பவரை அவருக்கு எதிராக நிறுத்தினார். போட்டி கடுமையாக இருந்தது. இறுதியில் காமராஜர் மூன்று வாக்குகள் வித்தியாசத்தில் வெற்றி பெற்றார். காமராஜர் தலைவராகத் தேர்ந்தெடுக்கப்பட்டார் என்பதை

அறிந்த சத்தியமூர்த்தி எல்லையற்ற மகிழ்ச்சியடைந்தார். அரசியலில் தமக்கு வலக்கரமாக விளங்கிய காமராஜருக்குத் துணைபுரிவதற்காகச் சத்தியமூர்த்தி காங்கிரஸ் கமிட்டி செயலாளர்களுள் ஒருவரானார். காமராஜருக்குத் துணை புரிந்தார். அந்த சமயத்தில் பிரிட்டிஷ் அரசு இந்திய மக்களைக் கேட்காமலேயே இந்தியாவையும் இரண்டாவது உலகப் போரில் ஈடுபடுத்தியது.

இரண்டாவது உலகப் போர்: இரண்டாவது உலகப் போரில், இந்தியாவை ஈடுபடுத்தியதை வன்மையாகக் கண்டித்து இந்தியாவுக்கு சுதந்திரம் அளித்தால் போரில் உதவத் தயார் என்றனர் காங்கிரஸ் கட்சியினர். இதை ஆங்கிலேயர் ஒப்புக்கொள்ளவில்லை காங்கிரஸ் கட்சி போராட்டத்தில் இறங்கி வெள்ளையருக்குப் போரில் உதவக்கூடாது என்று தலைவர்கள் யுத்த எதிர்ப்புப் போராட்டத்தில் ஈடுபட்டனர். இந்தியப் பாதுகாப்புச் சட்டப்படி காமராஜர் கைது செய்யப்பட்டு வேலூர் சிறையில் வைக்கப்பட்டார். காமராஜர் வேலூர் சிறையில் இருந்தபோது விருதுநகர் நகராட்சி தேர்தல் நடந்தது. அந்த நேரத்தில் போட்டியிடும்படி நண்பர்கள் வற்புறுத்தினர். இதனால் சிறையில் இருந்தபடியே தேர்தலில் போட்டியிட்டார். காமராஜர் வெற்றியும் பெற்றார். காமராஜர் விடுதலை பெற்று விருதுநகர் திரும்பினார். அவரை நகராட்சி மன்றத்துக்குத் தலைவர் பதவியில் அமர்த்தினர். காமராஜருக்கு விடுதலை போராட்டத்தில் ஈடுபடவே நாட்டம் அதிகமாக இருந்ததால் நகராட்சி தலைவர் பதவியைத் துறந்தார். இரண்டாவது உலகப்போரில் ஆங்கில அரசு அடுக்கடுக்காய்த் தோல்விகளை சந்தித்தது. அவர்கள் வசம் இருந்த மலேசியா, சிங்கப்பூர், பர்மா போன்றவை ஜப்பானியர்கள் வசமாயின. அதைக்கண்டு ஆங்கிலேய அரசுக்கு நடுக்கம் ஏற்பட்டது. இந்திய மக்களும் ஜப்பானியரோடு சேர்ந்து விடாமல் நிலைமை மோசமாகுமே என்று ஆங்கில அரசு அச்சம் கொண்டது. இந்தியரோடு நேசம் கொள்வதே சிறந்தது என்று முடிவு செய்தது. சில சமரசத் திட்டங்களைத் தந்து கிரிப்ஸ் என்று பெயருடைய ஆங்கில அமைச்சரை இந்தியாவுக்கு அனுப்பிவைத்தது.

இந்தியாவுக்கு வந்த கிரிப்ஸ் காந்திஜி, நேருஜி போன்ற தலைவர்களைச் சந்தித்துப் பேசினார். கிரிப்ஸ் தந்த திட்டங்களுள் இந்தியக் கூட்டாட்சியில் சேர விரும்பாத மாகாணங்களும் சமஸ்தானங்களும் ஒதுங்கி நின்று விடலாம் என்பதும் ஒன்று. இதை நம் தலைவர்கள் ஏற்றுக் கொள்ளவில்லை. ஏனெனில்,

அந்தச் சமயத்தில்தான் முஸ்லீம் மக்கள் அதிகமாக வாழும் பகுதிகளைத் தனியாகப் பிரித்துத் தரவேண்டும் என்று ஜின்னார் கேட்டுக் கொண்டிருந்தார். கிரிப்ஸ் திட்டம் ஏற்றுக் கொண்டால் ஜின்னா தாம் கேட்ட பகுதிகளைப் பிரித்துக் கொண்டு போய்விடுவார் என்று நம் தலைவர்கள் பயந்தார்கள். கிரிப்ஸ் திட்டத்தை ஏற்க மறுத்தார்கள். ஆனால் இராஜாஜி பாகிஸ்தானைப் பிரித்துக் கொண்டு போனால் போகட்டும் என்றார்.

இராஜாஜியின் இந்தக் கருத்தை அனைவரும் எதிர்த்தனர். அதனால் இராஜாஜி தம் பொறுப்புகள் அனைத்திலுமிருந்தும் விலகினார். காங்கிரஸ் கமிட்டி உறுப்பினர் பதவியையும் ராஜினாமா செய்தார். காங்கிரஸ் கட்சியினர் அவரை வெறுத்தனர். கட்சியின் அந்த செல்வாக்கை இழந்தார். இந்நிகழ்ச்சிக்குப் பிறகு பம்பாய் நகரத்தில் அகில இந்தியக் காங்கிரஸ் கமிட்டிக்கு கூட்டம் நடந்தது. அக்கூட்டத்தில் கலந்து கொள்ள காமராஜர் பம்பாய் என்றார். "வெள்ளையனே வெளியேறு" என்ற போராட்டத்தைத் தொடங்குவதென்று அக்கூட்டத்தில் முடிவு எடுக்கப்பட்டது. செய்வோம் அல்லது செத்துமடி என்ற உறுதியுடன் அனைவரும் போராட வேண்டும் என்று காந்திஜி கூறினார். வெள்ளையனே வெளியேறு இயக்கத்தை முளையிலேயே கிள்ளி எறிய நினைத்த ஆங்கில அரசு நாட்டினுள் முக்கிய தலைவர் களையும், தொண்டர்களையும் சிறையில் தள்ளி விட முடிவு செய்தது. இதற்காக முக்கியமானவர்களின் பெயர்கள் அடங்கிய பட்டியலைத் தயார் செய்தது. பம்பாயிலிருந்து திரும்பும் தலைவர்களை வழியிலேயே கைது செய்து விடும்படியும் ஆணை இட்டிருந்தது. காமராஜர் அதை அறிந்து கொண்டார். சிறை செல்வதற்கு அவர் தயாராகவே இருந்தார். ஆனால் அதற்கு முன்னதாகவே துண்டு அறிக்கைகளை மக்களிடம் பரப்பிவிட வேண்டும் என்பதே அவர் எண்ணம். காமராஜர் பயணித்த இரயில் அரக்கோணம் நிலையத்தை அடைந்தது. நிலையத்தினுள் சென்றவுடன் பார்வையைச் செலுத்திய காமராஜர் திடுக்கிட்டார். இரயிலில் வரும் காமராஜரையும், தொண்டர்களையும் கைது செய்யவே போலீசார் நிறுத்தப்பட்டிருந்தனர். நல்ல வேளையாக காமராஜரை யாருக்கும் தெரியவில்லை. எனினும் சென்னை இரயில் நிலையத்தில் தாம் கைது செய்யப்படலாம் எனக் காமராஜர் சந்தேகப்பட்டார். ஆகவே காமராஜர் அரக்கோணம் இரயில் நிலையத்திலேயே இறங்கி மெள்ள நழுவி விட்டார். இரயில் போய் விட்டது.

காமராஜர், இராணிப்பேட்டையில் இருந்த காங்கிரஸ் தலைவர் கே. ஆர். கல்யாணராமன் வீட்டுக்குச் செல்வதெனத்

தீர்மானித்தார். அவர் வீட்டிற்கு இரவு பத்து மணிக்குச் சென்று வீட்டுக்கதவைத் தட்டினார். இரவு நேரத்தில் கதவு தட்டப் படுவதைத் அறிந்து கல்யாணராமனும் அவர் குடும்பத்தினரும் திடுக்கிட்டனர். தம்மைக் கைது செய்வதற்குப் போலீசார் வந்து விட்டனர் என்றே கல்யாணராமன் கருதினார். இருப்பினும், சிறிதும் அஞ்சாமல் கதவைத் திறந்தார். வெளியில் காமராஜர் நிற்பதைக் கண்டு மகிழ்ந்தார். காமராஜரை வீட்டினுள் அழைத்துச் சென்றனர். தம் வீட்டில் காமராஜர் எந்தச் சமயத்திலும் கைது செய்யப்படலாம் என்று கருதினார். சிறந்த தேசபக்தரான ஜனாப் சுலைமான் என்பவர் வீட்டில் காமராஜரைத் தங்க வைத்தார்.

நாட்டுப்பற்று மிக்க இளைஞர்கள் காமராஜ் தங்கியிருக்கும் செய்தியை அறிந்தார்கள்; இரகசியமாக வந்து காமராஜரைச் சந்தித்தார்கள் காமராஜ் தங்கியிருக்கும் செய்தியை அவர்களிடம் காமராஜர் துண்டு அறிக்கைகளை வழங்கினார். போராட்டத்தை எவ்வாறு நடத்த வேண்டும் என்று விளக்கிக் கூறினார்; துண்டு அறிக்கைகளை ஊர் முழுவதும் பரப்பும்படி சொன்னார். இளைஞர்கள் விடைபெற்றுச் சென்றார்கள். மறுநாள் மாலை வரை காமராஜர் சுலைமான் வீட்டில் தங்கியிருந்தார். கல்யாணராமன் காமராஜரைப் பார்க்க வந்தார். அந்தச் சமயத்தில் அவ்வூர் சப்-இன்ஸ் பெக்டர் அந்த வீட்டை நோக்கி வந்து கொண்டிருந்தார். அதைக் கல்யாணராமன் பார்த்து விட்டார். காமராஜர் அங்கு தங்கியிருப்பதை அறிந்தே சப்-இன்ஸ்பெக்டர் அங்கு வருவதாகக் கல்யாணராமன் நினைத்து, அதைக் காமராஜரிடம் கூறினார். உடனே காமராஜர் வைக்கோல் வைத்திருந்த பக்கத்து அறை ஒன்றினுள் துண்டை விரித்துப் படுத்தார். உறங்குவது போல் பாசாங்கு செய்தார். கல்யாண ராமனோ கதவைச் சாத்திவிட்டு வெளியே வந்து சப்-இன்ஸ்பெக்டரை வரவேற்று என்ன வேண்டும் என்று வினவினார். மாவட்ட போலீஸ் அதிகாரி தங்குவதற்கு இடம் பார்க்க வந்ததாக சொன்னார். கல்யாணராமனோ அதிர்ந்தார். ஆனால் வீட்டை நோட்டமிட்ட சப்-இன்ஸ்பெக்டர் அந்த இடம் போதாது என்று கருதி அவ்விடத்தில் இருந்து சென்றார். கல்யாணராமனுக்கு உயிர் திரும்பி வந்தது போல் இருந்தது. அவர் வீட்டினுள் விரைந்து சென்று நடந்ததைக் காமராஜரிடம் சொன்னார். “தலைக்கு வந்தது தலைப்பாகை யோடு” போனதை எண்ணி இருவரும் மகிழ்ந்தனர்.

சிறைக்குச் சென்ற காமராஜர்:- வெள்ளையனே வெளியேறு இயக்கம் வெற்றி பெற தம் பயணத்தைத் தொடர்ந்தார் காமராஜர். கல்யாணராமனும் கண்ணயம்பாடி சென்று அங்கிருந்து தஞ்சைக்கு

இரயிலில் கிளம்பினார்கள். வழியில் திருவண்ணாமலை, விழுப்புரம் ஆகிய இடங்களில் இரயில் நிலையங்களில் இரகசியமாகத் துண்டு அறிக்கைகளை வழங்கினார்கள். பின் தஞ்சை, திருச்சி, மதுரை ஆகிய இடங்களுக்குச் சென்று காங்கிரஸ் தலைவர்களையும், தொண்டர்களையும் சந்தித்தார்கள். போராட்டத்தை பற்றி விளக்கினார்கள். தண்டறிக்கைகளை விநியோகம் செய்தார்கள். காமராஜர் மதுரையிலிருந்து விருதுநகர் சென்றார். கல்யாண ராமனோ திருநெல்வேலிக்குப் புறப்பட்டார். மதுரையிலிருந்து கிளம்பிய காமராஜர் யாரும் அறியாமல் விருதுநகரை அடைந்தார். இரவோடு இரவாக வீட்டிற்குச் சென்றார். அலைச்சலால் ஏற்பட்ட அயர்வினால் நன்கு உறங்கினார். மறுநாள் காலை எழுந்ததும் அவர் விருது நகர் போலீஸ் நிலையத்திற்கு ஆள் அனுப்பினார். தம்மைக் கைது செய்யலாம் என்று சொல்லி அனுப்பினார். அங்கு போலீஸ் இன்ஸ்பெக்டராக இருந்த எழுத்தச்சன் என்பவர் சிறந்த தேசியவாதி.

போலீஸ்-இன்ஸ்பெக்டர் எழுத்தச்சன் காமராஜர் வீட்டுக்கு வந்தார். காமராஜர் அவரை அன்போடு வரவேற்றார். காமராஜர் பிடியாணை இருந்தால் தம்மைக் கைது செய்யலாம் என்று கனிவுடன் கூறினார். தங்களைத் தேடி அரியலூருக்குச் சென்றிருக்கிறார்கள். தாங்கள் விரும்பினால் அவர்கள் திரும்பி வரும் வரை கைதாகாமல் இருக்கலாம் என்றார் இன்ஸ்பெக்டர்.

இனி நாம் செய்ய வேண்டிய ஏற்பாடுகள் ஒன்றுமில்லை. எல்லா ஏற்பாடுகளையும் செய்து முடித்துவிட்டேன். அதனால் நீங்கள் என்னைக் கைது செய்யலாம் என்று பெருந்தன்மையோடும் தமக்கே உரித்தான அஞ்சாமையோடும் காமராஜர் கூறினார். போலீஸ் இன்ஸ்பெக்டர் காமராஜரைக் கைது செய்து போலீஸ் நிலையத்திற்கு அழைத்துச் சென்றார். பின்னர் காமராஜர் வேலூர் சிறையில் இருந்தார். பின் அவரை அமராவதி என்னும் இடத்தில் சிறையில் அகில இந்தியக் காங்கிரஸ் கட்சி தலைவர்கள் சிலரும் இருந்தார்கள். அவர்களோடு காமராஜரும் சிறை வைக்கப்பட்டார். மூன்றாண்டு காலம் காமராஜர் அந்த அமராவதி சிறையில் இருந்தார். காமராஜர் நாட்டு விடுதலைக்காகப் பலமுறை சிறைக்குச் சென்றார். நாட்டு மக்களின் நலனுக்காகச் சிறைக்குச் சென்றார். இதன் மூலம் அவரின் நாட்டுப்பற்று தெரிகிறது.

❀❀❀

3. காமராஜரின் அரசியல் செல்வாக்கு

விடுதலை விரும்பிகளுக்குச் சிறைச்சாலை பூஞ்சோலையைப் போல் காட்சியளிக்கிறது. ஓடியாடி அலைந்து திரிந்து தொண்டு புரியும் உடலைத் தான் ஆதிக்க வெறியர்களால் சிறை செய்ய முடியும். அந்த உடலுக்குள் இருக்கின்ற உள்ளத்தையும், அந்த உள்ளத்தினுள் உள்ள விடுதலை வேட்கையையும் அவர்களால் சிறை செய்ய முடியாது. காமராஜர் மிகுந்த கொள்கைப் பிடிப்பு உள்ளவர் நாளுக்கு நாள் அவர் நெஞ்சில் தேசப்பற்று தழைத்து வளர்ந்தது. சிறைவாசத்தின்போது கிடைத்த ஓய்வை அவர் வீணாக்கவில்லை; நிரம்பப் படித்தார். பல புதிய செய்திகளை அறிந்து கொண்டார். இயற்கையாகவே அவரிடம் அமைந்திருந்த நுண்ணறிவுடன் நூலறிவும் சேரவே அவர் சிறந்த அரசியல் அறிஞரானார். 1940-ஆம் ஆண்டுக்குப் பிறகு தமிழ்நாடு காங்கிரஸ் கமிட்டிக்குத் தேர்தல் நடந்தது. தமிழ்நாடு காங்கிரஸ் கமிட்டி தலைவராக இருந்தார். பாகிஸ்தான் பிரிவினை பிரச்சினையில் இராஜாஜி காங்கிரஸ் கட்சியிலிருந்து விலகிவிட்டார். கட்சித் தலைவர்களும், தொண்டர்களும் இராஜாஜியை அறவே வெறுத்தனர். வெள்ளையனே வெளியேறு போராட்டத்தில் இராஜாஜி ஈடுபடவில்லை. இதனால் இராஜாஜியை எக்காரணம் கொண்டும் காங்கிரஸ் கட்சியில் சேர்க்கக்கூடாதென்று முடிவு செய்தனர். அதை உறுதிப்படுத்தும் வகையில் ஒரு சம்பவம் நடந்தது. வெள்ளையனே வெளியேறு போராட்டத்திற்குப் பின் காங்கிரஸ் கட்சி சட்ட விரோதமான கட்சி என ஆங்கில அரசால் தடைவிதிக்கப்பட்டது. அதனால் வேறு பெயரில் கட்சி அமைக்க வேண்டிய அவசியம் ஏற்பட்டது. காங்கிரஸ் சங்கம் என்ற பெயரில் புதிய அமைப்பைத் தொடங்கிட நினைத்தனர். அதற்காக திருச்சி மாவட்டத்தில் இருக்கும் அரியலூரில் மாநாடு ஒன்று கூட்டப்பட்டது.

வெள்ளையனே வெளியேறு இயக்கத்தில் கலந்து கொள்ளாதவர்களை இந்த அமைப்பில் சேர்ப்பதில்லை என்று முடிவு எடுக்கப்பட்டது. இராஜாஜி மீண்டும் காங்கிரசுக்குள் வரக்கூடாது என்பதற்காகவே இம்முடிவு எடுக்கப்பட்டது. அதை இராஜாஜியின் ஆதரவாளர்கள் நன்கு அறிவார்கள். தீர்மானம் வாக்கெடுப்புக்கு விடப்பட்டது. மாநாட்டிற்கு வந்திருந்தவர்கள் 674-பேர் அவர்களுள் நான்கு பேரைத் தவிர மற்ற 670-பேர் தீர்மானத்தை ஆதரித்து ஓட்டளித்தனர். இதனால் தீர்மானம் ஏற்றுக்கொள்ளப்பட்டது. அப்போது காமராஜர் சிறையில் இருந்தார். அவர் சிறையில் இருந்த போதுதான் அவருடைய அரசியல் குரு சத்தியமூர்த்தியும் இறந்தார். அவரின் மறைவை அறிந்து காமராஜர் மனம் உடைந்தார். மிகவும் மன உளைச்சலுக்கு ஆளானார். மன நிம்மதி இன்றி காணப்பட்டார். சத்தியமூர்த்தி மறைந்தார். இராஜாஜி அரசியலில் இருந்து விலகினார். அதனால் மக்கள் எல்லோரும் காமராஜர் சிறையிலிருந்து வெளிவரும் நன்னாளை எதிர்பார்த்து இருந்தனர். மூன்றாண்டு சிறைவாசத்திற்குப் பிறகு வெளியே வந்த காமராஜருக்கு மிகுந்த வரவேற்பு இருந்தது. மக்கள் நடுவிலும் கட்சிக்காரர்கள் மத்தியிலும் காமராஜரின் செல்வாக்கு ஓங்கி இருந்தது. இராஜாஜி எதிர்ப்பாளர்களும் சரி ஆதரவாளர்களும் சரி காமராஜரைத் தம் பக்கம் இழுத்துக் கொள்ள முயன்றனர்.

சிறையில் இருந்து வெளிவந்த காமராஜர் மூன்றாண்டு காலத்தில் தமிழ்நாடு காங்கிரஸ் கட்சியில் நடந்ததை எல்லாம் நன்கு கேட்டறிந்தார். இராஜாஜியின் இணையற்ற அறிவாற்றலையும் தொடக்க காலத்தில் ஆற்றிய சிறந்த சேவையையும் காமராஜர் நன்கு அறிவார். அதனால் இராஜாஜியினிடத்தில் மிகுந்த மதிப்பும் மரியாதையும் வைத்திருந்தார். காமராஜர் தமது அரசியல் குருவான சத்தியமூர்த்தியை இராஜாஜி ஏமாற்றியதைப் மட்டும் காமராஜரால் மறக்க முடியவில்லை. அத்துடன் இராஜாஜியின் சமீப கால போக்கு மற்றவர்களுக்குப் பிடிக்காததைப் போல காமராஜருக்கும் பிடிக்கவில்லை எனினும் காமராஜர் அவரை இழித்தோ பழித்தோ பேசவில்லை. காமராஜர் திருமணமாகாதவர். அவருக்கென்று ஒரு தொழில் இல்லை. நாட்டு விடுதலைக்காக நாளும் உழைப்பதே அவர் தொழில். அவர் சிறந்த இலட்சியவாதி மக்களும் கட்சிக்காரர்களும் மிகவும் காமராஜரை மதித்தார்கள்; நம்பினார்கள். அதனால் காமராஜரே தொடர்ந்து காங்கிரஸ் கமிட்டி தலைவராக இருக்க வேண்டும் என்று பெரும்பாலானோர் விரும்பினர். பொதுத் தேர்தல் சமயம்,

தேர்தலுக்கு வேட்பாளர்கள் தேர்ந்தெடுக்கவும், தேர்தல் பணியினை நன்கு செய்வதற்கும் காமராஜரைத் தகுந்த தலைவர் என எல்லாரும் கருதினர். அதுவும் உண்மையே. தமிழ்நாட்டில் காங்கிரஸ் கட்சி வலிமை மிக்க கட்சியாக வேண்டுமென்பதற்காக, காமராஜரும் இராஜாஜியும் சந்தித்துப் பேசினர், சமரசம் ஏற்பட்டது. அந்த சமரசம் நீடிக்காமல் இருவருக்குமிடையே சில சம்பவங்களால் மீண்டும் மன வேற்றுமை ஏற்பட்டது. விரைவில் தேர்தல் வந்தது; தேர்தலில் காங்கிரஸ் பெரும்பான்மை வெற்றி பெற்றது. அப்போது தமிழ்நாடு, கேரளம், ஆந்திரம், நான்கும் ஒன்று சேர்ந்து சென்னை மாகாணம் என்று அமைக்கப்பட்டது. சென்னை மாகாணத்தில் அன்று மொத்தம் 205 சட்டமன்ற உறுப்பினர் தொகுதிகள் இருந்தன. அவைகளில் 165 தொகுதிகளில் காங்கிரஸ் வெற்றியைப் பெற்றது.

காமராஜரோ, சாத்தூர் அருப்புக்கோட்டைத் தொகுதிகளில் எதிர்ப்பே இல்லாமல் வெற்றி பெற்றார். தமிழ்நாட்டில் காங்கிரஸ் கட்சியின் சார்பில் வெற்றி பெற்ற வேட்பாளர் சிலரே. இராஜாஜியினுடைய ஆதரவாளர்கள் பெரும்பாலோர் காமராஜரினுடைய ஆதரவாளர்கள். தமிழ்நாடு காங்கிரஸ் கட்சி கமிட்டியில் மட்டுமின்றி சட்ட மன்றத்திலும் காமராஜருடைய செல்வாக்கு உயர்ந்தது. காமராஜர் நினைத்தால் யாரையும் முதலமைச்சராக்க முடியும் என்ற நிலை ஏற்பட்டது. தேர்தல் முடிந்து அமைச்சராக்க அமைத்த முதல் வருடத்தில் ஆந்திர கேசரி பிரகாசம் என்பவர் முதலமைச்சராகத் தேர்ந்தெடுக்கப்பட்டார். ஓர் ஆண்டுக்குள் அவர் சட்டமன்றக் காங்கிரஸ் கட்சி உறுப்பினர்களின் வெறுப்பைப் பெற்றார். அதனால் காமராஜர் அடுத்த வருடமே ஓபி. ராமசாமி என்பவரை முதலமைச்சராக்கினார். ஓபி. இராமசாமி இரண்டு ஆண்டுகள் முதலமைச்சராக இருந்தார்.

ஓ.பி. இராமசாமி எளிமையானவர்; மிகவும் நேர்மையானவர் திறமைமிக்கவர். எனினும் கட்சித் தலைவர்களோ, தொண்டர்களோ சட்டமன்ற உறுப்பினர்களோ உதவி கோரிச் சென்றால் அந்த உதவியை செய்ய மாட்டார். ஓபி. இராமசாமியின் இந்தப் போக்கு பலத்த எதிர்ப்பைக் கிளப்பியது. அனைவரும் காமராஜரிடம் முறையிட்டனர். காமராஜரும் அவரிடம் இந்தப் போக்கை மாற்றிக் கொள்ள அறிவுறுத்தினார். கட்சிக்காரர்களின் நிலைமையை அவரிடம் விளக்கினார். ஆனால் அவர் கேட்கவே இல்லை. அதனால் அவரை முதலமைச்சர் பதவியிலிருந்து இறக்கினார். குமாரசாமி ராஜா என்பவரை முதலமைச்சராக்கினார். இவ்வாறு நான்கு ஆண்டுக்குள் மூவரை முதல்வர் ஆக்கும் அளவுக்கு

காங்கிரஸ் கட்சியில் காமராஜரின் செல்வாக்கு கொடிகட்டிப் பறந்தது. 1947-ஆம் ஆண்டு மார்ச் மாதம் தான் பிரகாசம் பதவியை இழந்தார். அந்த ஆண்டு ஆகஸ்டு மாதம் 15-ஆம் தேதிதான் இந்தியா சுதந்திரம் பெற்றது. அதற்குப் பிறகுதான் காமராஜரின் செல்வாக்கு உயர்ந்தது, அவர் யாரை ஆதரித்தாரோ அவர்கள் முதலமைச்சர் ஆனார்கள். அவர் யாரை விரும்ப வில்லையோ, அவர்கள் முதலமைச்சர் பதவியை இழந்தார்கள். அடுத்த தேர்தல் வரும் வரை இந்நிலை நீடித்தது. 1949-ஆம் ஆண்டு இந்திய அரசியல் சட்டம் எழுதி முடிக்கப்பட்டது. இந்த ஆண்டே இந்தியா குடியரசு நாடு என அறிவிக்கப்பட்டது. இந்திய அரசியல் சட்டப்படி 1952-ஆம் ஆண்டில் முதல் பொதுத் தேர்தல் நடந்தது. அப்போது காமராஜர் காங்கிரஸ் கமிட்டியின் தலைவர். தேர்தலுக்குக் காங்கிரஸ் கட்சியின் வேட்பாளர்களைத் தேர்வு செய்யவும் காமராஜர் செவ்வனே செய்தார்.

புதிய இந்திய அரசியல் சட்டபடி எந்தக் கட்சியையும் சேராத, சுயேட்சைகளும் போட்டியிட்டனர். தேர்தல் முடிந்தது. இந்திய அரசியல் சட்டபடி 205-ஆக இருந்த சட்டமன்ற உறுப்பினர் தொகுதிகள் 375-ஆக அதிகரிக்கப்பட்டிருந்தன. அவற்றில் காங்கிரஸ் கட்சி 152- இடங்களில் மட்டுமே வெற்றி பெற்றது. காமராஜரோ நாடாளுமன்றத் தொகுதிகளில் போட்டியிட்டு வெற்றி பெற்று நாடாளுமன்ற உறுப்பினரானார். காங்கிரஸ் கட்சி அமைச்சரவை அமைக்க முடியாத நிலை ஏற்பட்டது. அரசியலில் இருந்து விலகி இருந்த இராஜாஜி முதலமைச்சரானார். நிலைமை சீர்படும் என அனைவரும் கருதினர். இராஜாஜியிடம் நிலைமை கூறப்பட்டது. காமராஜர் ஒத்துழைப்புத் தந்தால் நான் முதலமைச்சர் பதவியை ஏற்கத் தயார் என்றார். **இராஜாஜி,** காமராஜரோ பெருந்தன்மை மிக்கவர் கட்சியின் வளர்ச்சியில் அளவு கடந்த அக்கறை கொண்டவர். பழைய விரோதத்தை மறந்து இராஜாஜிக்குத் தமது முழு ஒத்துழைப்பையும் தரச் சம்மதித்தார். இராஜாஜிக்கும் காமராஜருக்குமிடையே சமரசம் ஏற்பட்டது.

சட்டசபையில் பெரும்பான்மையோர் பலத்தை நிரூபிக்க சுயேச்சைகள் சிலரையும் எதிர்கட்சிகளில் உள்ள சிலரையும் காங்கிரஸ் கட்சிக்கு இழுத்துவிட்டார். இராஜாஜிக்குப் பின் பெரும்பான்மை பலத்தை நிரூபித்து முதலமைச்சர் ஆனார். காமராஜர் ஓராண்டு காலம் தமிழ்நாடு காங்கிரஸ் கமிட்டி தலைவர் பதவியிலிருந்து ஒதுங்கி இருந்தார். மீண்டும் தமிழ்நாடு காங்கிரஸ் கமிட்டியின் தலைவரானார்.

பதவி வேண்டாம் என கூறிய காமராஜர்:- பதவியை விரும்பாதவர்களைத் தேடி பதவி தானே ஓடிவருகிறது. காமராஜர் விஷயத்தில் அது முற்றிலும் உண்மையாகவே அமைந்தது. காமராஜர் பலரை முதலமைச்சர் ஆக்கினார். விரும்பி இருந்தால் அவரே முதலமைச்சராக வந்திருக்கலாம். அவரோ அதை விரும்பவில்லை. காங்கிரஸ் கட்சியைக் கட்டிக் காக்க வேண்டுமே என்பதற்காகத்தான் அவர் தமிழ்நாடு காங்கிரஸ் கட்சியின் தலைவர் பதவியை மட்டும் ஏற்றுப் பணிபுரிந்தார். அரசியலில் தமக்கு விரோதமாக இருந்த இராஜாஜியைக்கூட முதலமைச்சராக்கித் அவருக்கு ஒத்துழைப்பு நல்கினார் காமராஜர். அவர் தாம் அந்த பதவியைப் பெற வேண்டுமென்று ஒருபோதும் நினைத்ததே இல்லை. அப்படிப்பட்ட காமராஜர் முதலமைச்சர் பதவியை ஏற்க வேண்டிய கட்டாயம் ஏற்பட்டது. இராஜாஜி ஒரு சிறந்த அறிஞர். அரசு நிர்வாகத்தை நடத்துவதில் வல்லவர், முதமைச்சரானதும் அவர் சிறந்த நலத் திட்டங்களை நிறைவேற்றி மக்களின் பாராட்டுகளைப் பெற்றார்.

இராஜாஜி புதியக் கல்வித்திட்டம் ஒன்றை அறிமுகப் படுத்தினார். அத்திட்டத்தின்படி, ஒரு பாதிக் குழந்தைகள் காலையில் மட்டுமே பள்ளிக்குச் செல்ல வேண்டும், மறு பாதிக் குழந்தைகள் மாலையில் மட்டுமே பள்ளிக்குச் செல்ல வேண்டும். அத்திட்டத்தின் மூலம் பாதி நேரம் பாழானது. அந்தத் திட்டத்தை எல்லோரும் எதிர்த்தனர். ராஜாஜியோ இந்தக் கல்வித் திட்டத்தைக் கை விட மறுத்தார். அவரை முதலமைச்சர் பதவியிலிருந்து விலக்குவதற்காக முயற்சிகள் நடந்தன. அதை அறிந்த இராஜாஜி தாமே முதலமைச்சர் பதவியை இராஜினாமா செய்தார். முதலமைச்சர் பதவியை காமராஜரே ஏற்க வேண்டும் என்று அனைவரும் விரும்பினர். நேருஜி, பந்தி போன்றவர்களும் காமராஜரே முதலமைச்சராக வேண்டும் என்று விருப்பம் தெரிவித்தனர். அவரோ அதை விரும்பவில்லை. நண்பர்களோ விடுவதாக இல்லை. அப்போது அவர் ஒரு நிபந்தனை வைத்தார். அந்த நிபந்தனையை ஏற்றுக்கொண்டால் தாம் முதலமைச்சர் பதவியை ஏற்கத் தயார் என்றார். "கட்சிக்காரர்களும் சட்டமன்ற உறுப்பினர்களும் எந்தச் சலுகைகயையும் கேட்டு என்னிடம் வரக்கூடாது. இதற்குச் சம்மதித்தா ப் நான் முதலமைச்சர் பதவியை ஏற்கத் தயார்" என்பதே அந்த நிபந்தனை ஆகும்.

❋❋❋

4. முதல்வரான காமராஜர்

"நாடு முன்னேற வேண்டும், நல்லதொரு கட்சி அரசாள வேண்டும்" என்ற எண்ணம் கொண்டிருந்த காரணத்தினால் 1954-ஆம் ஆண்டு ஏப்ரல் மாதம் 13-ஆம் தேதி காமராஜர் தமிழக முதலமைச்சராகப் பதவி ஏற்றார். அதாவது, தமிழ்வருடப்பிறப்பு அன்று காமராஜர் தமிழ்நாட்டின் முதலமைச்சர் ஆனார். அவர் எளிமையின் சின்னமாக விளங்கினார். 1954-ஆம் ஆண்டு முதல் 1963-ஆம் ஆண்டு வரை முதல்வராகப் பணியாற்றினார். 1953-ஆம் ஆண்டிலேயே ஆந்திரம், கர்நாடகம், கேரளம் ஆகிய மூன்றும் பிரிந்து போய்விட்டன. அதனால் காமராஜர் தனித்தமிழ் மாநிலத்தின் முதலமைச்சர் ஆனார்.

பதவியேற்பு விழா முடிந்தவுடன் காமராஜர் முதலில் தமது அரசியல் குரு சத்தியமூர்த்தியின் வீட்டுக்குச் சென்று, சத்திய மூர்த்தியின் மனைவிக்கு தமது நன்றி வணக்கத்தைத் தெரிவித்துத் கொண்டார். சத்தியமூர்த்தி உயிரோடு இருந்த காலத்தில், திருச்சியில் ஒரு கூட்டத்தில் பேசினார். அப்போது காமராஜரை அறிமுகம் செய்து, "இவர் **கர்வம்** மிக்கவர், சிறந்த தொண்டர், திறமை நிறைந்தவர், ஒரு நாளைக்கு இவர் சென்னைக் கோட்டையிலே அமரப் போகிறார்" என்றார். அந்தத் தீர்க்கத் தரிசனம் உண்மை ஆயிற்று. காமராஜர் தம் மனத்தில் நினைவு கூர்ந்தார். நன்றி மறவாத அவருடைய பண்பை நாடே போற்றியது. அமைச்சராக இருப்பவர்கள் சட்டசபை உறுப்பினராகவோ மேல்சபை உறுப்பினராகவோ ஆக வேண்டும். அவர் விரும்பி இருந்தால் மேல்சபை உறுப்பினராக நியமனம் பெற்றிருக்கலாம். காமராஜர் சிறந்த ஜனநாயகவாதி தேர்தலில் போட்டியிட்டு வென்று சட்டசபை உறுப்பினராவதற்கே அவர் விரும்பினார். 1954-ஆம் ஆண்டு ஜூலை மாதத்தில் வட ஆற்காடு மாவட்டத்தில் குடியாத்தம் சட்டமன்றத் தொகுதியில் தேர்தல் நடந்தது. காமராஜர்

குடியாத்தம் தொகுதியில் காங்கிரஸ் கட்சி வேட்பாளராக நின்று வெற்றிப் பெற்றார் சட்டசபை உறுப்பினரானார். ஜனநாயகத்தில் காமராஜர் கொண்டிருந்த அசைக்க முடியாத நம்பிக்கையைக் கண்டு நல்லவர்கள் பாராட்டினர். காமராஜர் பெருந்தன்மை மிக்கவர், திறமை உடையவர்களை மதிப்பது அவருடைய உயிரிய பண்பு அவர் அமைச்சரவையில் இருந்து இராஜாஜியை விலக்கி விடுவார் என்றே நினைத்தார்கள். அவர் அவ்வாறு செய்யவில்லை. அவர்கள் அனைவரையும் காமராஜர் தமது அமைச்சரவையில் புதிதாக இருவரை மட்டும் அமைச்சர் களாக்கினார். அவர்களுள் ஒருவர் பரமேஸ்வரன் என்பவர். அவர் ஒரு அரிஜன். அவரை இந்துமத அறநிலையை அமைச்சராக்கினார் காமராஜர்.

காமராஜருடைய புரட்சிகரமான, புதுமையான, துணிச்சலான முடிவை நாடு வரவேற்றது. தாழ்த்தப்பட்ட மக்களின் முன்னேற்றத்தில் காமராஜர் காட்டிய அக்கறையைக் கண்டு வியந்தனர். அவர் புகழ் மேலும் உயர்ந்தது. முதலமைச்சரானப் பிறகு அவர் புதிய மாளிகையில் குடியேறவில்லை. 1948-இல் காமராஜர் சென்னை தியாகராய நகரில் திருமலைப் பிள்ளை சாலையில் இருக்கும் எட்டாம் எண் வீட்டில்தான் குடியிருந்தார். முதலமைச்சர் ஆன பிறகும் அவர் தொடர்ந்து அந்த வீட்டிலேயே இருந்து வந்தார். அவர் பழைய நண்பர்களையும் மறக்கவில்லை. அவரைத் தேடி வரும் நூற்றுக்கணக்கான மக்களின் கோரிக்கைகளை அன்புடன் கவனித்தார். நெருங்கிய நண்பராக இருந்தாலும் நேர்மையில்லாத கோரிக்கைகளைக் கொண்டு வந்தால் அவற்றைச் செய்ய முடியாது என உறுதியாக மறுத்து விடுவார் காமராஜர். மக்களுடைய நிலைமைகளை நேரில் கண்டு அறிந்தார். மக்கள் கூறுவதைக் கவனத்துடன் கேட்டு ஆவன செய்தார். பல ஊர்களுக்குப் பயணம் செய்யும் போது அந்தந்த ஊர்களில் இருக்கும் தமது பழைய நண்பர்களைச் சந்தித்து, அவர்களுடைய நலம் குறித்துப் பரிவோடும் பாசத்தோடு விசாரித்தார். அவர்களுக்கு தம்மால் இயன்ற உதவிகளையும் செய்தார். முன் போலவே பொது மக்களிடம் தொடர்பு கொண்டிருந்தார். அதனால்தான் அவரை எல்லோரும் "மக்கள் தலைவர்" என்று அழைத்தனர். காமராஜர் கல்வியறிவு அதிகம் இல்லாதவர். அவரால் முதலமைச்சரானால், திறம்பட அரசு நிர்வாகம் செய்ய இயலுமா? என்று பலர் சந்தேகம் கொண்டனர். அவர்களுடைய சந்தேகத்தை காமராஜர் பொய்யாக்கினார். அரசு நிர்வாகத்தில் காமராஜர் தலை சிறந்து விளங்கினார். மக்கள் நல்வாழ்வுத் திட்டங்களைத் தாமதம் இல்லாமல் நிறைவேற்றும்படி தூண்டினார். தவறு நேர்ந்தால் அது காமராஜருக்கு எப்படியாவது தெரிந்துவிடும்.

தலைமைச் செயலகத்தில் ஒரு நிகழ்ச்சி நடந்தது. தலைமைச் செயலகத்தில் கண்காணிப்பாளாக இருந்த சிலருக்கு உதவிச் செயலாளர் பதவி உயர்வு வழங்க வேண்டி இருந்தது. அவர்கள் அந்தப் பதவி உயர்வை மிகவும் ஆவலோடு எதிர்பார்த்துக் கொண்டிருந்தார்கள். அந்தச் சமயத்தில் சிலர் உயர் அதிகாரிகளிடம் சென்று அந்தக் கண்காணிப்பாளர்கள் திறமை அற்றவர்கள் என்று தவறான செய்தியைத் தந்தார்கள். அதனால் முறையாகக் கிடைக்க வேண்டிய பதவி உயர்வு அந்தக் கண்காணிப்பாளர்களுக்குக் கிடைக்கவில்லை. அதனால் அந்த கண்காணிப்பாளர்கள் மனம் நொந்தார்கள். இந்த செய்தி அப்போது முதலமைச்சராக இருந்த காமராஜருக்குத் தெரிய வந்தது. காமராஜர் உரிய அதிகாரிகளை அழைத்து விசாரித்தார். புறக்கணிக்கப்பட்ட கண்காணிப்பாளர்கள் திறமையற்றவர்கள் என்று அதிகாரிகள் கூறினார்கள். அப்போது காமராஜர் அந்த அதிகாரிகளிடம் அந்தக் கண்காணிப்பாளர்கள் ஏறத்தாழ இருபது ஆண்டுகள் அரசியலில் பணி புரிந்திருக்கிறார்கள். இளநிலை எழுத்தரிலிருந்து கண்காணிப்பாளர் பதவி வரை பதவி உயர்வும் பெற்றிருக்கிறார்கள். இந்த நிலையில் திறமையற்றவர்கள் என்று கூறி அவர்களுக்குப் பதவி உயர்வு தர மறுப்பது நியாயம் அன்று. அரசு ஊழியர்களுள் தவறான வழியில் பொருள் சேர்ப்பவர்கள் ஆகியோருக்குத் தண்டனை வழங்குவதை நான் வரவேற்கிறேன். அதுவும் அவர்கள் குற்றவாளிகள் என்று நிரூபணம் செய்யப்பட்ட பின்னரே அதற்கேற்ற தண்டனையை வழங்க வேண்டும். அதை விடுத்து திறமை அற்றவர்கள் என்றோ, வேறு நியாயமற்ற காரணம் காட்டி அவர்கள் பதவி உயர்வு பெறுவதைத் தடுப்பதை நான் விரும்பவில்லை. இருபது, இருபத்தைந்து ஆண்டுகள் அரசியலில் பணிபுரிந்தவர்களுக்கு அவர்கள் ஓய்வு பெற வேண்டிய சமயத்தில் கிடைக்கும் நேர்மையான செயலாகாது. அதனால் முறையாகக் கிடைக்க வேண்டிய பதவி உயர்வை, புறக்கணிக்கப்பட்ட அவர்களுக்கு உடனே கொடுத்து விடுங்கள். இது போன்ற தவறுகள் இனி நடக்கக் கூடாது என்று கடுமையாகக் கூறி விட்டார். புறக்கணிக்கப்பட்ட கண்காணிப்பாளருக்கு மீண்டும் பதவி உயர்வு கிடைத்தது. அவர்கள் காமராஜரை வாயார வாழ்த்தினார்கள். அவர்கள் மட்டுமல்ல, நல்ல மனம் படைத்தவர்கள், நேர்மை குணமுடையோர் அனைவருமே வாழ்த்தினார்கள். அத்தகைய நல்ல மனம் படைத்தவர் காமராஜர், நியாயம் வழங்குவதில் நிகரற்றவர். மக்கள் சொல்லும் விஷயங்களையும் சரி, அரசு அதிகாரிகள் சொல்லும் விஷயங்களையும் சரி மிக எளிதில் புரிந்து கொள்ளும் நுண்மதி அவசியம் அவரிடம் இருந்தது.

எதைச் செய்தாலும் பொதுமக்களின் நன்மைக்காகவே இருக்க வேண்டும் என்பது காமராஜரின் இலட்சியமாகும். சட்டமும் விதிமுறைகளும், மக்களுக்காகவே ஏற்பட்டவை; சட்டத்திற்காகவும், விதிமுறைகளுக்காகவும் மக்கள் இல்லை என்பது காமராஜரின் கொள்கை. பொது மக்களுக்கு ஒரு நன்மை செய்ய சட்டமோ விதிமுறைகளோ இடம் கொடுக்காது, என்று சொன்னால் காமராஜர் சும்மா இருந்து விட மாட்டார். மக்களுக்கு ஏற்றபடி அவற்றை மாற்றி நன்மைத் திட்டங்களை நிறைவேற்றச் செய்வார்.

காமராஜர் முதலமைச்சராக இருந்த போது ஒருமுறை 'பலத்த மழையின் காரணமாக' இராமநாதபுரம் மாவட்டத்தில் வெள்ளம் கரை புரண்டு ஓடியது. பல இடங்களில் உடைப்புகள் ஏற்பட்டன. குடிசைகள் வெள்ளத்தில் அடித்துச் செல்லப்பட்டன. மக்கள் தங்குவதற்கு இடமும் உண்பதற்கு உணவும் இன்றி அவதிப்பட்டனர். அதைப் பற்றி அறிந்து உணவு வழங்கவும் தற்காலிமாக தங்கவும் இடவசதி அளிக்க ஏற்பாடு செய்தார். வெள்ளத்தால் பாதிக்கப்பட்ட இடங்களுக்கு சென்று அவருடன் அரசு அதிகாரிகளும் சென்றனர். காமராஜரும், அரசு அதிகாரிகளும் ஒரு குறிப்பிட்ட இடத்திற்குச் சென்ற போது மக்கள் வந்து கூடினார்கள். தங்கள் குறைகளைக் கூறினார்கள். காமராஜர் அவர்களைப் பார்த்து "இப்போது உடனடியாக தேவைப்படுவது என்ன?" என்று வினவினார். கூட்டத்தில் இருந்த வயதான கிழவர் ஒருவர் குடிசைகளை வெள்ளம் அடித்துச் சென்றுவிட்டது, இருக்க இடமில்லை, குடிசைக் கட்டிக் கொள்ள பணம் தேவை என்று. சரி அதற்கு எவ்வளவு பணம் தேவை என்று காமராஜர் கேட்டார்? "குடிசை ஒன்று கட்ட வேண்டுமானால் நூறு ரூபாய் ஆகுமய்யா" என்றார். "அவ்வளவு தேவை இல்லை, ஐம்பது ரூபாய் போதும். ஐம்பது ரூபாய் வீதத்தில் பணம் தரச் சொல்லட்டுமா?" என்று காமராஜர் கேட்டார். கூட்டத்தில் இருந்தவர்கள் உடனே பதில் சொல்லவில்லை. ஒருவரை ஒருவர் கலந்து பேசினர், பிறகு ஒரு முடிவு ஏற்பட்டது. முன்னர் பேசிய கிழவர் பேசினார். மீண்டும் அவர் காமராஜரிடம் குடிசையைக் கட்டிக்கொள்ள ஐம்பது ரூபாய் மட்டும் கொடுத்தால் போதும் என்றார். உடனே அருகில் இருந்த வருவாய் வாரிய உறுப்பினரான அதிகாரியிடம் பணம் வழங்குவதற்கு ஏற்பாடு செய்யும்படி கூறினார். அதிகாரியோ சென்னைக்குச் சென்று வருவாய் வாரியத்தின் மற்ற உறுப்பினர்களைத் கலந்து பேசி ஏற்பாடு செய்ய வேண்டும் என்றார். அதைக் கேட்ட காமராஜர் அந்த அதிகாரியிடம் இதைச் செய்ய நீங்கள் செல்ல வேண்டுமா? அதுவரை இந்த மக்கள் காத்திருக்க வேண்டுமா? அதெல்லாம் தேவையில்லை. இங்கேயே ஏற்பாடு செய்து பணம்

கொடுங்கள் என்றார். வருவாய் வாரிய அதிகாரியும், இராமாநாதபுரம் மாவட்ட ஆட்சியாளரும் சேர்ந்து காமராஜர் கூறுவது போலவே பணத்திற்கு ஏற்பாடு செய்தார்கள். குடிசைகளை இழந்து தவித்த மக்களுக்குப் பணம் கொடுத்து உதவினார்கள். உதவி பெற்ற மக்கள் காமராஜரை வாழ்த்தினார்கள். மக்களுக்கு நன்மை தரும் செயலை உடனே செய்து விடவேண்டும் என்ற துடிப்பும் மனிதாபிமானமும் உடையவர் காமராஜர்.

அரசியல் சாதனைகள்:- மாநில முதல்வராக இருக்கும் தகுதி, பெரும் பணக்காரர்களுக்கும் மிட்டா மிராசுதாரர்களுக்கும், பட்டதாரிகளுக்கும் மட்டுமே உண்டு என்பதைப் பொய்யாக்கி, சாமானியனும் மாநில முதலமைச்சர் ஆகலாம் என்பதை நிரூபித்துக் காட்டிய முதல் மனிதர் காமராஜர்தான். ராஜாஜியின் குலக்கல்வித் திட்டத்திற்கு சாவு மணி அடித்தது, அவரது மிகப்பெரிய சாதனை. பதவி ஆசை அற்றவரே பதவியில் இருக்க வேண்டும். என்பதற்காகவும் நேருவிற்குப் பிடிக்காதவர்களைப் பதவியிலிருந்து ஒழித்துக் கட்டவும் காமராஜர் பதவி விலகும் திட்டம் ஒன்றைக் கொண்டு வந்தார். இது அவரது அரசியல் நுண்ணறிவுக்குக் எடுத்துக்காட்டாகும். நேருவுக்குப் பின் லால்பகதூரைப் பிரதமராக்கியது அவரது அரசியல் திறமைக்குத் தக்க சான்றாகும். இந்தியாவைக் காப்போம் என்பது விருது நகர வீரரின் வேத வாக்காகும்.

அணைக்கட்டுகள்:- காமராஜர் ஆட்சிக் காலத்தில் சாத்தனூர் அணை கட்டப்பட்டது. இதன் மூலம் 20, 000- ஏக்கர் நிலங்கள் பாசன வசதி பெற்றன. இந்தத் திட்டத்திற்காக சுமார் இரண்டரைக் கோடி ரூபாய் செலவானது.

மதுரையில் உள்ள வைகை அணையும் இரண்டரைக் கோடி ரூபாய் செலவில் உருவாக்கப்பட்டது. இதன்மூலம் 20,000- ஏக்கர் நிலம் பாசன வசதிபெற்றது. சுமார் 3 கோடி செலவில் அமராவதி அணை ஏற்படுத்தப்பட்டது. இதன் மூலம் 47, 000 ஏக்கர் பாசன வசதி பெற்றது. நெல்லை மாவட்டம் தாமிரபரணி ஆற்றின் குறுக்கே கட்டப்பட்டுள்ள, மணிமுத்தாறு அணை காமராஜர் ஆட்சிக் காலத்தில் உருவாக்கப்பட்டது. இதன் மூலம் 20, 000 ஏக்கர் நிலம் கூடுதல் பாசன வசதி பெற்றது.

1, 100 ஏக்கர் பாசன வசதி பெறும் வகையில் 1 கோடி ரூபாய் செலவில் ஆரணியாறு அணை காமராஜர் காலத்தில் கட்டப்பட்டது. 6, 500- ஏக்கர் பாசன வசதி பெறும் வகையில் வாயைார் அணை 1 கோடி ரூபாய் செலவில் ஏற்படுத்தப்பட்டது. இரண்டு கோடி

ரூபாய் செலவில் கிருஷ்ணகிரி அணையும் காமராஜர் ஆட்சிக் காலத்தில்தான் ஏற்படுத்தப்பட்டது. சுமார் 2 இலட்சம் ஏக்கர் பாசன வசதி பெறும் வகையில் 10 கோடி ரூபாய் செலவில் கீழ் பவானித் திட்டம் காமராஜர் ஆட்சிக் காலத்தில்தான் ஏற்படுத்தப்பட்டது. சுமார் ஒன்றரை கோடி ரூபாய் செலவில் புள்ளம்பாடி உருவாக்கப்பட்டதால் சுமார் 22 ஆயிரம் ஏக்கர் நிலங்கள் பாசன வசதி பெற்றன. . சுமார் 75 இலட்சம் ரூபாய் செலவில் தென்னாற்காடு மாவட்டம் கோமுகி ஆற்றுத் திட்டம் உருவாக்கப்பட்டது. இதன் மூலம் 8, 000 ஏக்கர் நிலம் பாசன வசதி பெற்றது. இவை தவிர கன்னியாகுமரி மாவட்டம் பேச்சம்பாறை அணை, கோயம்புத்தூர் மாவட்டத்திலுள்ள ஆழியாறு பரம்பிக்குளம் அணைகளும் காமராஜர் ஆட்சிக் காலத்தில் கட்டப்பட்டவை ஆகும். நீலகிரி மாவட்டத்திலுள்ள குந்தா அணையும் கர்மவீரர் ஆட்சியில் கட்டப்பட்டது என்பது குறிப்பிடத்தக்கது.

தொழில் நிறுவனங்கள்:-

காமராஜர் ஆட்சிக் காலத்தில் பல்வேறு தொழிற்சாலைகள் ஏற்படுத்தப்பட்டன. குறிப்பாக, சென்னை கிண்டியிலுள்ள தொழிற்பேட்டைகள், நெய்வேலி லிக்னைட் கார்ப்பரேசன் ஆகியவை காமராஜர் காலத்தில் உருவாக்கப்பட்டவை. இவை தவிர சிமெண்ட் ஆலைகள், காகித உற்பத்தி ஆலைகள், அலுமினிய உற்பத்தி ஆலைகள், மாக்னசைட் சுண்ணாம்புக்கல் சுரங்கங்கள், உலைகூட உருகாச் செங்கல் ஆலைகள், 259 நூல் நூற்பு ஆலைகள், ரப்பர் தொழிற்சாலைகள் ஏற்படுத்தப்பட்டன.

மேலும் பாதைகள் அமைக்கும் எஞ்சின்கள், சைக்கிள், தானியங்கி, ஈரிருளிகள், தட்டச்சுப் பொறிகள், ஸ்விட்ச் கியர்கள், எலக்ட்ரிக் கேபிள்கள், மருத்துவ அறுவைச் சிகிச்சை கருவிகள், தொடர் வண்டிப் பெட்டிகள், பார உந்து வாகனங்கள் ஆகியன காமராஜர் ஆட்சிக் காலத்தில் உருவாக்கப்பட்டவையாகும். இவை தவிர எண்ணூர் அனல் மின்சார நிலையம் தூத்துக்குடி துறைமுகம் போன்ற மிகப் பெரிய தொழில்திட்டங்களும் காமராஜர் ஆட்சிக் காலத்தில்தான் உருவாக்கப்பட்டன. வட இந்தியாவில் இருந்து இரவு நேரத்தில் விமானப் பயணம் மேற்கொள்ளும் பயணிகள் கீழே பூமியைப் பார்க்கும் போது ஒளி வெள்ளமாகக் காணப்பட்டால் நாங்கள் தமிழ்நாட்டைக் கடக்கிறோம் என்ற உணர்வைப் பெறும் அளவிற்கு தமிழ்நாடு மின் விளக்குகளால் ஒளிர்ந்த காலம் காமராஜர் ஆட்சியின்போது தான். நகரங்களில் மட்டுமில்லாது அனைத்துக் கிராமங்களும் மின்

விளக்கு ஒளிரும் அளவுக்கு மின் வசதிகள் செய்து தரப்பட்டன. இவ்வாறு கிராமங்களுக்கு மின்சாரம் வழங்குவதில் இந்தியாவிலேயே தமிழகம்தான் அப்போது முதலிடம் வகித்தது எனலாம். அது மட்டுமல்லாது விவசாயத்திற்கு மின்சாரத்தைப் பயன்படுத்துவதிலும் தமிழகமே முதல் மாநிலமாகத் திகழ்ந்தது. பெரியாறு அணை பகுதியில் ஒன்பது கோடி ரூபாய் செலவில் நீர் மின்சார நிலையம் துவக்கப்பட்டதுடன் ஒரு இலட்சம் கிலோ வாட் மின்சாரமும் உற்பத்தி செய்யப்பட்டது. 1956-இல் குந்தா நீர் மின்சாரத் திட்டம் சமார் 36 கோடி ரூபாய் செலவில் கனடா நாட்டு ஒத்துழைப்புடன் துவக்கப்பட்டு 1960-இல் இருந்து மின்சார உற்பத்தி துவங்கப்பட்டது. இங்கு 1,40,000-கிலோ வாட் மின்சாரம் உற்பத்தி செய்யப்பட்டது.

காமராஜர் தனது ஆட்சியில் நிலச் சீர்திருத்தம் கொண்டு வரத் தீர்மானித்தார். இதனைக் கொண்டு வருமுன் நில உரிமையாளர்கள்,குத்தகைதாரர்கள்,பொதுமக்கள் எண்ணங்களைத் தெரிந்து கொள்ள ஓர் குழுவையும் காமராஜர் உருவாக்கினார். அக்குழு தந்த அறிக்கையின் அடிப்படையில் தேவைப்படும் நிலச்சீர்திருத்தம் செய்யப்பட்டது. ஐந்து பேர் கொண்ட குடும்பம் முப்பது ஸ்டாண்டர்டு ஏக்கர் நிலத்திற்கு மேல் வைத்துக் கொள்ளக்கூடாது என்ற நில உச்சவரம்புத் திட்டம் 1962-இல் இவரால் அறிமுகப்படுத்தப்பட்டு நடைமுறைப்படுத்தப்பட்டது.

தமிழ், தமிழ் என்று உரக்கக் கூவி அரசியலில் வளர்ந்த கட்சிகள் உண்டு. அவர்கள் தமிழ்தான் எம் மூச்சு என்றும் கூறினர். ஆனால் உண்மையில் தமிழின் வளர்ச்சிக்காக அரும்பாடு பட்டது காமராஜரின் ஆட்சிக் காலத்தில்தான். அதுவரையில் சமர்ப்பிக்கப்படும் பட்ஜெட் ஆங்கில மொழியில்தான் இருந்து வந்தது. அத்தகைய பட்ஜெட்டை 1957 - 58-இல் முதன்முதலாக தமிழில் சமர்ப்பிக்கப்பட்டது. இவரது மந்திரி சபையில் நிதியமைச்சராக இருந்த சி. சுப்பிரமணியன் அவர்கள்தான் 1956-இல் சட்டசபையின் சார்பாக, தமிழ் மக்களின் சார்பாக தமிழை ஆட்சி மொழியாக்கும் மசோதாவை தமிழன்னையின் மடியில் சமர்ப்பிக்கிறேன் என்று பெருமையுடன் கூறி, சி. சுப்பிரமணியன் அவர்கள் கொண்டு வந்து நிறைவேற்றப்பட்டது. இவரது ஆட்சியில்தான் 1962-இல் மகாகவி பாரதியாரின் 81-ஆவது பிறந்த நாள் விழா சென்னையில் வெகு சிறப்பாக இவரது ஆட்சியின் போதுதான் கொண்டாடப்பட்டது.

இந்திய மொழிகளிலேயே முதன் முதலாக தமிழ் மொழியில் "கலைக் களஞ்சியம்" இவரது ஆட்சியின் போதுதான்

உருவாக்கப்பட்டது. மேலும் அகராதிகள், மொழி பெயர்ப்புப் பணிகள் என தமிழ் வளர்ச்சிப் பணிகள் எவ்வித விளம்பரம் இன்றி தொடர்ந்து நடைபெறவும் வழி வகைகளைச் செய்தவர் காமராஜர்தான். காமராஜர் தனது ஆட்சியின்போது ஊசி முனையளவுக்குக் கூட சுயநலமின்றி, நாட்டு முன்னேற்றத்திற் காகவும் கிராம மக்கள் நலனிற்காகவும், பாடுபட்டு வந்தார். என்பது முற்றிலும் உண்மை. இதனை எவருமே மறுக்க முடியாது. உண்மையில் இவரது ஆட்சிக் காலம் தமிழ்நாட்டின் பொற்காலம் என்றால் அது பொய்யுரையோ வெற்றுப் புகழுரையோ அல்ல!

ஜவஹர்லால் நேரு 1964-ஆம் ஆண்டு இயற்கை எய்தியதை அறிந்து நாடே கண்ணீரில் முழ்கியது. நேருவின் மறைவிற்குப் பின் லால்பகதூர் சாஸ்திரி அவர்களைப் பிரதம மந்திரியாக்கினார் காமராஜர். ரஷ்யத் தலைவர்களின் முன்னிலையில் பாகிஸ்தானும், இந்தியாவும் சமாதான உடன் படிக்கையில் கையெழுத்திட்ட நாள், அன்று லால்பகதூர் சாஸ்திரி இயற்கை எய்தினார். தொடர்ந்து தேர்தல் மூலம் இந்திரா காந்தி பிரதமராகத் தேர்ந்தெடுக்கப்பட்டதற்கு காமராஜர் பெரும் முயற்சிகளை மேற்கொண்டார். 1962-ஆம் ஆண்டு நடைபெற்ற பொதுத் தேர்தலில் தமிழ்நாட்டில் 13-இடங்களில் காங்கிரஸ் கட்சியின் வளர்ச்சி தளர்ந்து அடைவதைக் கண்ட காமராஜர், இதற்குத் தீர்வு காணும் முயற்சியை மேற்கொண்டார். உயர்ந்த பதவியிலும், அதிகாரத்திலும் இருப்போரிடம் பொது மக்கள் நேரிடையாக சந்தித்து குறைகளைக் கேட்டு நிவர்த்தி செய்ய இயலாமல் உள்ளது. கட்சியிலுள்ள மூத்த தலைவர்கள் தமது பதவியை விட்டு விலகி மக்களிடம் சென்று அவர்களது குறைகளை நிவர்த்தி செய்யும் பட்சத்தில் காங்கிரஸ் கட்சியின் தளர்வினைச் சரி செய்ய முடியும் என்று முடிவு செய்தார் காமராஜர். இத்திட்டத்திற்குக் காமராஜ் திட்டம் என்று பெயர் சூட்டப்பட்டது. தனது விருப்பபடியே முதலமைச்சர் பதவியை ராஜினாமா செய்தார். காமராஜரின் இந்தச் செயலை உலகமே போற்றியது. இத்தகைய நல்ல உள்ளம் படைத்த காமராஜர் மக்கள் மனதில் நீங்காத இடம் பிடித்தார். தன்னலம் சிறிதும் இல்லாமல் நாட்டு நலமே! முக்கியம் என வாழ்க்கையை அர்ப்பணித்தார்.

1952-ஆம் ஆண்டு நடைபெற்ற தேர்தலில் காங்கிரஸ் தனிபலத்துடன் வெற்றி அடையாதபடியால், ஐக்கிய முன்னணி வெற்றி பெற்று இராஜாஜி முதலமைச்சராகப் பொறுப்பேற்றார்.

தமிழ்மக்கள் பாதி நேரம் கல்வியும் பாதிநேரம் குலத் தொழிலையும் செய்ய வேண்டும் என்ற ஆணையை இராஜாஜி கொண்டு வந்தார். இந்தக் குலக்கல்வி முறை மக்களிடையே பெரிய அதிர்ச்சியையும், எதிர்ப்பையும் உண்டாக்கியது. எதிர்கட்சிக் காரர்களும் காமராஜரும் இத்திட்டத்திற்குப் பெரும் அளவில் எதிர்ப்பு தெரிவித்தனர். இத்திட்டத்தைப் பற்றி யாருக்கும் அறிவிக்காமல் ராஜாஜி கொண்டு வந்தது காமராஜருக்கு மிகவும் அதிர்ச்சியாக இருந்தது. முதலமைச்சர் இராஜாஜியை நேரில் சந்தித்து இத்திட்டத்தைக் கைவிடுமாறு கேட்டுக் கொண்டார். ஆனால் இராஜாஜி காமராஜரின் வேண்டுகோளை ஏற்கவில்லை. தமது இத்திட்டத்தைச் செயல்படுத்தியாக வேண்டுமென்று பிடிவாதமாக இருந்தார் இராஜாஜி.

சட்டசபையில் காங்கிரஸ் கட்சியில் நடைபெறும் தேர்தலில் வெற்றி பெறும் தலைவரே முதல் அமைச்சராகப் பதவி ஏற்க வேண்டும். இராஜாஜி குலக்கல்வித் திட்டத்தைக் கைவிடாதபடியால் ஆதரவு அளிப்பதில்லை என முடிவு செய்தார். தனது சார்பாக சி. சுப்பிரமணியத்தை தலைவர் பதவிக்கு நிற்க வைத்தார் இராஜாஜி. சி. சிப்பிரமணியத்திற்கு எதிராக டாக்டர். சுப்பராயனை நிற்க வைக்கலாம் என காமராஜர் தரப்பினர் முடிவு செய்தார்கள். ஆனால் அவர் இதை மறுக்கவே காமராஜரையே நிற்க வைப்பது என முடிவு செய்யப்பட்டது. தேர்தலில் காமராஜர் வெற்றி பெற்றார்.

காமராஜர் அப்போது இராஜாஜி மீது விரோதம் காட்டாமல் மதிப்பும் மரியாதையோடும் நடந்துகொண்டார். முதலமைச்சராக காமராஜர் பதவி ஏற்றபின்பு மக்களின் நல்வாழ்க்கைக்காக பாடுப்பட்ட காமராஜருக்கு யார் மீதும் வெறுப்புணர்வு இல்லாமல் பெருந்தன்மையுடன் நடந்து கொண்டார். குறைந்த எண்ணிக் கையிலான அமைச்சர்களைக் கொண்டு நல்ல திட்டங்களைக் உருவாக்கினார். ஆடம்பரச் செலவுகளுக்கு இடம் தராமல் மக்கள் நலனையே முக்கியமாகக் கருதினார்.

காமராஜரை படிக்காத மேதை, கல்வி கண் திறந்தவர் என்று மக்கள் பலவாறு அழைக்கிறார்கள்.

❋❋❋

5. கல்விக் கண் திறந்த காமராஜர்

இளமைப் பருவத்தில் தாம் முறையாகக் கல்வி கற்க முடியாமல் போனதை அறிந்த அவர் பிற்காலத்தில் வருந்தினார். எல்லாக் குழந்தைகளும் கல்வி கற்க வேண்டுமென்று விரும்பினார் இலவசக் கல்வித் திட்டத்தைக் கொண்டு வந்தார். பள்ளியில் படிக்கும் ஏழைக் குழந்தைகளுக்குப் பகல் உணவு இலவசமாக வழங்க திட்டம் வகுத்தார். அத்திட்டத்தின் மூலம் ஏழை மக்களுக்கு பகல் உணவு இலவசமாகக் கிடைத்தது. காமராஜர் அத்துடன் திருப்தி அடையவில்லை. பள்ளி செல்லும் ஏழைக் குழந்தைகளுக்கு இலவசமாக சீருடை வழங்கவும் திட்டம் வகுத்தார். அந்தத் திட்டத்தால் இலட்சக்கணக்கான ஏழைக் குழந்தைகளுக்கு இலவசமாக சீருடைகள் கிடைத்தன. அந்தப் பிஞ்சு உள்ளங்கள் களி கொண்டு துள்ளின. மானத்தைக் காக்க உடையும், பசியை தணிக்க உணவும், அறிவை வளர்க்க கல்வியும் அளித்த காமராஜரை தமிழகம் மட்டுமின்றி இந்தியாவே பாராட்டியது. அனைத்து நாடுகளிலும் இல்லாத அந்தப் புதிய திட்டங்களைத் தீட்டிய காமராஜரை நல்லவர்கள் நாவாரப் போற்றிப் புகழ்ந்தார்கள்.

குழந்தைகள் கல்வியில் மிகுந்த கவனம் செலுத்தியதைப் போலவே வேளாண்மை, மருத்துவம் போன்றவற்றிலும் காமராஜர் மிகுந்த கவனம் செலுத்தினார். உழவர்கள் நீரிறைப்பதற்காக மின்சாரச் சக்தியைப் பயன்படுத்த ஏற்பாடுகள் செய்தார். உடற்பிணி போக்கும் டாக்டர்கள் அதிகம் தேவை என்பதை உணர்ந்து தஞ்சாவூரில் ஒரு மருத்துவக் கல்லூரியைத் தொடங்கினார். இதைத் தவிர, கிராமங்களில் பள்ளிகள் பல திறக்கவும், பாதைகள் அமைக்கவும், குடிநீர் வசதியைப் பெருக்கவும், மின்சாரத்தை விஸ்தரிக்கவும் எனப் பல திட்டங்களை தீட்டி செயற்படுத்தினார். அதனால் கிராம மக்கள் மிகுந்த பயன் பெற்றனர்.

கல்வியை நம் இரு கண்களாக நினைக்க வேண்டும் எனக் காமராஜர் கூறினார். ஒரு நாடு முன்னேற வேண்டுமானால் அங்குள்ள மாணவர்கள் அனைவரும் கல்வி கற்க வேண்டும், அப்போதுதான் அந்த நாடு முன்னேறும், என்று கூறினார். ஏழை எளிய மக்கள் அனைவரும் கல்வி கற்க ஏற்பாடுகள் செய்து மக்களின் கண்களைத் திறந்தவர் காமராஜர் மாணவர்களின் வயிற்றுப்பசியையும் நீக்கியவர் காமராஜர். நன்கு சாப்பிட்டால் தான் ஒரு மாணவன் படிக்க முடியும், அதனால் பள்ளியில் மாணவனுக்கு சாப்பாடு கொடுத்தார். ஏழை மக்களின் துயர் அனைத்தையும் துடைத்தார்.

படிக்கும் போது அரசியல் வேண்டாம்:- அரசியல் என்பது அறிவுள்ளவர்களைக்கூட சில வேளைகளில் அழித்து விடும். அதுவும் மாணவப் பருவத்தில் குறிப்பாக; இளம் பருவத்தில் அரசியலில் மாணவர்கள் ஈடுபடும் போது உணர்ச்சிகள் மேலோங்கி இருப்பதால் படிப்பு பாழாக வாய்ப்புள்ளது. கவனம் சிதறி விடுவதால் படிப்பில் அக்கறை இல்லாமல் கோஷ்டி சேர்ந்து படிப்பை நிறுத்திக்கொண்டவர்களும் இருக்கிறார்கள். மாணவர்கள் தம்மோடு இருந்தால் அரசியலில் தனி பலம் கிடைக்கும் என்று இளம் இரத்தங்களைத் தனது கட்சியின் வளர்ச்சிக்காக உரமாக்கி செயல்படுபவர்களும் உண்டு. ஆனால், காமராஜர் அரசியல் தலைவராக இருந்தாலும் மாணவர்கள் எப்போது அரசியலுக்கு வரவேண்டும் என்பதைத் தெளிவாகத் தெரிந்து வைத்திருந்தார். ஒரு முறை சிதம்பரம் அண்ணாமலைப் பல்கலைக் கழக- மாணவர்கள் அரசியலில் ஈடுபட்டு பிரச்சினைகளைச் சந்தித்திருந்தனர். அவர்கள் அப்போது முதலமைச்சராக இருந்த பெருந்தலைவர் காமராஜரைக் காண சென்னைக்குச் சென்றார்கள். அவர்களிடம் காமராஜர். "படிக்கும் போது மாணவர்களுக்கு அரசியல் வேண்டாம், படிப்பை முடித்த பின்பு எந்த அரசியலில் வேண்டுமானாலும் ஈடுபடுங்கள்" என அறிவுரை கூறினார். மேலும் அவர்கள் பிரச்சினைக்குத் தீர்வு ஏற்பட உதவினார். படிக்கும் போது அரசியல் வேண்டாம் என்பது படிக்காத மேதையின் பண்புள்ள சிந்தனையாகும்.

இலவசக் கல்வி விதை:- கடையனையும் கடைத் தேற்றுவது கல்வி; என்பதைக் கண்டு பிடித்த கர்ம வீரர் காமராஜர். அவரை ஐந்தாம் வயதில் வேலாயுதம் ஆசிரியர் திண்ணைப் பள்ளியில் சேர்த்தனர். பின்பு சத்திரிய வித்தியாசாலா உயர்நிலைப் பள்ளியில் சேர்ந்து படித்தார். இந்த சத்திரிய வித்யாசாலாவில் படிக்கும்

இளமைக் காலத்திலேயே இலவசக் கல்வி விதை காமராஜரிடம் இதயத்தில் விழுந்தது.

அக்காலத்தில் ஊரில் உள்ள நாடார் சமுதாயப் பெண்கள் உண்ண எடுக்கும் அரிசியில் ஒரு கை அள்ளி தனியே வைத்து அப்பிடியரிசியைச் சேர்த்து நடத்திய கல்வி நிறுவனம்தான் இன்று பல்லாயிரக்கணக்கான மாணவர்களுக்குப் பாடம் கற்றுக் கொடுக்கும் ஆலமரமாக வளர்ந்துள்ளது. பிடியரிசியைப் பெற்றுப் நடத்திய பள்ளி என்பதை விட அன்றே இலவசக் கல்வியைப் புகுத்திய பள்ளி என்பது மிகவும் பொருந்தும். அதை விட இப்பள்ளியில் நடத்தி வரும் இலவசக் கல்வியைப் புகுத்திய பள்ளி என்பது மிகவும் பொருந்தும். அதைவிட இப்பள்ளியில் நடத்திவரும் இலவசக் கல்வியைப் போல் ஏன் நாடெங்கும் கொண்டு வரக்கூடாது? என்ற எழுச்சியைக் காமராஜரது மனதுள் விதைத்த பள்ளியே இதுதான். காமராஜருக்கு சத்திரிய வித்யாசாலா கல்வி கொடுத்தது. காமராஜரோ ஏழை, பணக்காரர் என ஏற்றத்தாழ்வு பார்க்காமல் படியேறி இயங்கிய கல்விக்கே கண்கொடுத்தார்.

பகல் உணவுத் திட்டத்தின் தொடக்கம்:- கிராமம் தோறும் ஆரம்பப் பள்ளிகளை அமைத்து மாணவ, மாணவிகளுக்குப் பகல் உணவுத் திட்டத்தினை காமராஜர் அறிமுகப்படுத்தினார். குழந்தைகள் ஒவ்வொருவரும் கல்வி கற்க வேண்டும் என்று திட்டமிட்டார். காமராஜர் முதலமைச்சராக இருந்த காலம் தமிழ் நாட்டின் "பொற்காலம்", என்றால் மிகையில்லை. அவரது ஆட்சியில் "வைப்பாற்று", பாலத்திற்கு அடிக்கல் நாட்டும் விழா நடைபெற்றது. அப்போது "மனிதர்களாக வாழ்வதற்குப் படிப்பு அவசியம், பட்டினியாக இருந்து கொண்டு எப்படி படிக்க முடியும்? பள்ளிக் கூடங்களில் ஏழைகளுக்கு சாப்பாடு போடனும், இதுதான் ரொம்ப முக்கியம்னு நினைக்கிறேன். அதுக்காக ஊர் ஊராப் போய் பிச்சை எடுக்கத் தயாராக இருக்கேன்" என்று உணர்ச்சிகரமாகப் பேசினார்.

அடுத்த நாள் செய்தித்தாளில் காமராஜர் முதலமைச்சர் பதவியை இராஜினாமா செய்யப் போவதாக தலைப்புச் செய்தியில் வெளியிட்டிருந்தனர். ஏழைகளுக்குப் பள்ளிக்கூடங்களில் சாப்பாடு போட ஊர் ஊராகப் போய் பிச்சை எடுக்கவும் தயாராக உள்ளதாக காமராஜர் கூறியதை இப்படி மாற்றி எழுதி இருந்தார்கள்.

அடுத்த நாள் பத்திரிகை நிருபர்கள் காமராஜரைச் சந்திக்க வந்தனர். "நான் முதலமைச்சராக இருப்பதில் உங்களுக்கு என்ன

கஷ்டம்? நான் இராஜினாமா செய்து விட்டு போவதில் மிகுந்த ஆர்வம் காட்டுகிறீர்களே..." என கேட்டபடியே காரில் ஏறினார்.

தனது உதவியாளர்களிடம் "நிருபர்களை அனைவரையும் காரில் ஏற்றிக் கொள்ளுங்கள்" என்று கூறியபடி சென்றார்.

பகல் உணவுத் திட்டத்திற்கு வசதி படைத்தவர்கள் ஏராளமாய்ப் பணம் கொடுத்தனர். மாதச் சம்பளம் பெறுபவர்கள் நன்கொடை அளித்தனர், விவசாயிகளும் அன்னதானத்திற்கு உதவி புரிந்தார்கள். காமராஜர் முதல் அமைச்சராய்ப் பதவி ஏற்பதற்கு முன்பு பதினாறாயிரம் தொடக்கப் பள்ளிகள் இருந்தன. காமராஜர் முதல் அமைச்சராய்ப் பதவி ஏற்ற பின்பு முப்பதாயிரமாக உயர்ந்தது. படிப்போரின் எண்ணிக்கை நாற்பத்து எட்டு இலட்சமாக உயர்ந்தது. அதில் பதினாறு இலட்சம் மாணவர்களுக்குப் பகல் உணவு வழங்கப்பட்டது. 650 உயர்நிலைப்பள்ளிகளே இருந்த தமிழ்நாட்டில் 2200 க்கும் அதிகமான உயர்நிலைப்பள்ளிகள் உருவாயின.

ஒருமுறை கோவில்பட்டியில் நடைபெற்ற அரசு விழாவிற்குக் காமராஜர் சென்றிருந்தார். ஏராளமான கூட்டம் காணப்பட்டது. முதலமைச்சர் காரில் இருந்து இறங்கினார். காமராஜரை நோக்கி கூட்டம் அலைமோதிக் கொண்டு வந்தது. காமராஜருக்குப் பின்னால் அரசு அதிகாரிகளும் மற்ற உயர் அதிகாரிகளும் வந்தனர். காவல் துறையினர் கூட்டத்தைக் கட்டுப்படுத்த எடுத்த முயற்சிகள் பயனற்றுப் போயின. காமராஜர் மக்களைப் பார்த்து "உங்களோடு பேசிட்டுப் போகத்தான் வந்திருக்கிறோம். ஏன்? அவசரப்படுறீங்க பெரியவங்க எல்லாம் வந்திட்டிருக்காங்க. கொஞ்சம் வழிவிட்டு அமைதியா இருங்க!" எனக் கூறியபடியே கூட்டத்தினரின் தோளைத் தொட்டு நகர்த்திய படியே சென்றார். காமராஜர் பெரியவர்கள் என்று குறிப்பிட்டது அரசு அதிகாரிகளைத்தான். அதிகாரிகளுக்கு அளிக்கும் பெருமையைக் கண்டு பொறாமைப்படாத குணம் உள்ளவர் காமராஜர்.

பகற் பொழுதில் பசியாற வழியமைத்தார்:

காமராஜர் அமைத்த முதல் அமைச்சரவையில் பக்தவத்சலம், சுப்பிரமணியம், ஷெட்டி, மாணிக்கவேலு நாயக்கர், ராமநாதபுரம் ராஜா, ராமசாமி படையாச்சி, பரமேஸ்வரன் ஆகிய ஏழு பேர் இடம் பெற்றனர். இந்தியாவிலேயே மிகச் சிறிய அமைச்சரவை மூலம் ஆட்சி சாதனைகளை நிகழ்த்தியவர் காமராஜர் ஒருவரே. அறநிலையத்துறைக்கு ஹரிஜன் அமைச்சரை நியமித்து இன்று பெரிதாகப் பேசப்படும் சமூக நீதிக்கு அன்றே அடித்தளம்

அமைத்ததும், இடஒதுக்கீடு பிரச்சினையில் இந்திய அரசியல் சட்டத்தில் முதல் திருத்தம் செய்ய நேருவை இணங்கச் செய்ததும் காமராஜரே என்பதை நாம் மறந்து விடக் கூடாது. "அறியாமை இருட்டில் இருந்த தமிழகத்தை உயர்த்துவதற்கு உடனடித் தேவை கல்வி வெளிச்சமே என்றுணர்ந்துகொண்ட முதல் சமூக விஞ்ஞானி காமராஜ் என்பதைச் சரித்திரம் பதிவு செய்து உள்ளது. ஒரு நாட்டின் முன்னேற்றம் அந்த நாட்டு மக்கள் பெற்றிருக்கும் கல்வி அறிவாற்றல் ஆகியவற்றைப் பொருத்தே அமைகிறது. நாம் மீண்டும் உயர வேண்டுமானால் பொதுமக்கள் அனைவருக்கும் கல்வியைப் பரப்பியாக வேண்டும். பொது மக்களுக்குக் கல்வியைத் தந்து அவர்களை உயர்த்தி விடுங்கள். நம் நாட்டு சீர்திருத்தவாதிகள் எங்கே புண் இருக்கிறது, உண்மையில் எந்த இடத்தில் குறை இருக்கிறது என்று பார்ப்பதில்லை. கல்வி! கல்வி! கல்வி! இது ஒன்றே இப்போது நமக்குத் தேவை. ஐரோப்பாவில் நான் பல நகரங்களுக்குப் பயணம் செய்திருக்கிறேன் அங்கே சாதாரண மக்களுக்குக் கிடைத்திருக்கும் வாழ்க்கை வசதிகளையும் கல்வியையும் நான் கவனித்திருக்கிறேன். அப்போதெல்லாம் நம் நாட்டு ஏழை மக்களின் பரிதாப நிலையை நினைத்து நான் கண்ணீர் விட்டு அழுதிருக்கிறேன். இந்த வேறுபாட்டிற்கான காரணம் என்ன? கல்வி என்பதுதான் எனக்குக் கிடைத்த விடை "பொருளாதாரத்தில் அடித்தட்டு நிலையிலுள்ள நம் மக்களுக்கு கல்வி தந்து இழந்திருக்கும் தங்கள் உயர்ந்த நிலையை அவர்கள் வளர்த்துக் கொள்ளும்படி செய்ய வேண்டும் இதுதான் இப்போது நாம் செய்ய வேண்டிய ஒரே சேவையாகும்" என்கிறார் விவேகானந்தர்.

"அன்ன சத்திரம் ஆயிரம் வைத்தல்
ஆலயம் பதினாயிரம் நாட்டல்
அன்னை பாலினும் புண்ணியம் கோடி
ஆங்கோர் ஏழைக்கு எழுத்தறி வித்தல்"

என்கிறார் பாட்டுக்கொரு புலவன் பாரதி

"உற்றுழி உதவியும்உறுபொருள் கொடுத்தும்
பிற்றை நிலை முனியாது கற்றல் நன்றே"

என்கிறது புறநானூறு.

காமராஜர், விவேகானந்தரும், பாரதியாரும் சொல்லிப் புரிந்து கொள்ள வேண்டிய நிலையில் இல்லை. வாழ்க்கையின் நேரடி அனுபவம் அவருக்கு வாய்ந்திருந்தது. தனக்குக் கிட்டாத கல்வி உலகத்திற்குக் கிடைத்திட வேண்டும் என்ற தவிப்பு அவர் உள்ளத்தில்

தவம் இருந்தது. 300 மக்கள் வாழும் ஊரில் தொடக்கப்பள்ளி, 2,000 மக்கள் வாழும் பேரூரில் நடுநிலைப் பள்ளி, 5,000 மக்கள் வாழும் சிறிய நகரங்களில் உயர்நிலைப் பள்ளி என்று உருவாக்கியவர் காமராஜர். இராஜாஜி நிதிப் பற்றாக்குறையைக் காட்டி முடு விழா நடத்திய 6,000-ஆரம்பப் பள்ளிகளை மீண்டும் "திறந்ததுடன் 1,400- புதிய பள்ளிகளைக் கட்டி முடித்தவர் காமராஜ். பெருந்தலைவரின் கல்விப் புரட்சிக்குக் கை கொடுத்து உதவிய அன்றைய கல்வித்துறை இயக்குநர் நெ.து. சுந்தர வடிவேலு" தடுக்கி விழுந்தால் தொடக்கப் பள்ளி ஓடி விழுந்ததால் உயர்நிலைப்பள்ளி என்ற அந்த வரலாற்றுச் சாதனையை வருணித்தார்.

கல்விக் காற்று வீசி அறியாமைப் புழுக்கம் அகல்வதற்குக் கதவைத் திறந்ததோடு காமராஜ் நிற்கவில்லை. "பசியில் வாடும் ஏழைப் பிள்ளைகளுக்குப் பள்ளிக்கூடம் திறந்தால் மட்டும் போதுமா? அவர்கள் வயிற்றுக்குச் சோறிடல் வேண்டாமா? அவனுந்தானே நம் இந்தியாவுக்குச் சொந்தக்காரன்? ஏழைக்குழந்தைகளுக்குப் பள்ளி கூடத்திலேயே சோறு போட்டுப் படிக்க வைக்கணும். இதைத் தள்ளிப் போட முடியுமா என்ன? இது மிக முக்கியம் உடனடியாகத் தொடங்கி விடனும் இதற்குப் பணத்திற்கு எங்கே போவது? என்று கேட்பீர்கள். வழி இருக்கிறது, தேவைப்பட்டால் பகல் உணவிற்கு வரி போடத் தயங்க மாட்டேன். எப்படியும் ஏழைகள் படிக்கனும், அவர்களுக்குத்தான் தேசம். அதனால் மற்ற வேலைகளை எல்லாம் ஒதுக்கி விட்டு இதே வேலையாக ஊர் ஊராகப் பிச்சை எடுக்கவும் தயங்கமாட்டேன்." என்று குறிப்பிட்டார்.

ஏழ்மையில் பிறந்து வளர்ந்து ஏழைகள் உயர இதயம் விரித்தவர் காமராஜர். 4,400 தொடக்கப் பள்ளிகளில் மதிய உணவுத்திட்டத்தைத் தொடங்கி வைத்து 16 லட்சம் மாணவர்கள் பகற்பொழுதில் பசியாற வழியமைத்தார். இந்தியாவில் அதுவரை எங்கும் அரங்கேராத ஆட்சியின் அதிசயம் இது. 1960-இல் ஏழைப்பிள்ளைகள் அனைவருக்கும் 11-ஆம் வகுப்பு வரை இலவசக் கல்வி அளித்தார். 1963-இல் எல்லோருக்கும் இலவசக் கல்வித் திட்டத்தை அறிமுகப்படுத்தினார். இதனால் காமராஜர் "கல்வித் தந்தை" எனப் போற்றப்படுகின்றார்.

❋❋❋

6. காமராஜரின் பெருமை

காமராஜரின் சீரியச் சிந்தனைகள் குழந்தைகள் முதல் பெரியவர்கள் வரை நெறியுடன் செம்மையாய் வாழ வழிவகுக்கும் விதத்தில் அமைந்துள்ளன. அவரது கருத்துக்கள் எளிமையாக இருந்தாலும் வாழ்க்கைக்கு பெரிய பல கருத்துக்களை எடுத்துச் சொல்லும் பாடமாகும். அவரது சிந்தனையில் உதித்த சீரிய கருத்துக்கள் அவரது பெருமைகளாகும்.

சோவியத் பிரதமராக இருந்த கோசிஜிலும் அமெரிக்க உதவி ஜனாதிபதியாக இருந்த ஹம்பிரியும் 1966-ஆம் ஆண்டு ஜனவரி மாதம் லால்பகதூர் சாஸ்தியின் மறைவின் போது இந்தியாவுக்கு வந்திருந்தார்கள். அப்போது காமராஜரைத் தங்கள் நாட்டுக்கு வந்து செல்லுமாறு அழைப்பு விடுத்தார்கள். ரஷ்ய நாட்டின் அழைப்பை ஏற்று காமராஜரும் வெங்கட்ராமனும் 1966-ஆம் ஆண்டு ரஷ்யா சென்று வந்தார்கள். ஹங்கேரி, யூகோஸ்லேவியா, பல்கேரியா போன்ற நாடுகளுக்கெல்லாம் காமராஜர் சுற்றுப் பயணம் மேற்கொண்டார். வெளிநாடுகளுக்குச் செல்லும்போது வழக்கமாக அணியும் சட்டையுடன்தான் சென்று வந்தார். காந்தியடிகளின் வழியையே பின்பற்றிய காமராஜர் வெளிநாடுகள் சென்றபோது அங்குள்ள மக்களின் வாழ்க்கை வசதி எப்படி உள்ளது. அரசு மக்களுக்கு எத்தகைய வசதிகளை அளித்துள்ளது. போன்றவற்றை மிக நுணுக்கமாக அறிந்து வந்தார்.

காமராஜர் 1966-ஆம் ஆண்டு ஜூலை மாதம் ரஷ்யாவுக்குப் பயணம் செய்தார். காமராஜரின் தோற்றத்தைக் கண்டு ரஷ்யத் தலைவர்களும், மக்களும் வியப்படைந்தார்கள். குளிர்மிக்க இடத்திலும் காமராஜர் எளிய உடையில் இருந்தது. ரஷ்யப் பிரதமராக இருந்த கோஸிஜினுக்கு மிகுந்த வியப்பாக இருந்தது.

ரஷ்யாவில் கம்யூனிஸ்ட் கட்சி செயல்படும் விதத்தைப் பற்றிக் கேட்டுத் தெரிந்து கொண்டார். வரலாற்றுச் சிறப்பு மிக்க இடமான லெனினி கிராட் நகரத்திற்குச் சென்று பார்வையிட்டார். சோவியத் வானொலியில் உரை நிகழ்த்தினார். கிழக்கு ஜெர்மன் தலைநகரான கிழக்குப் பெரிலினிலுள்ள ஷோன் பெல்ட் விமான நிலையத்திற்கு வந்து இறங்கிய காமராஜர், கிழக்கு ஜெர்மனில் பல இடங்களையும் சுற்றிப் பார்த்தார்.

1961-ஆம் ஆண்டு அக்டோபர் மாதம் 9-ஆம் நாள் சென்னையில் நேரு அவர்கள் பெருந்தலைவர் காமராஜரின் சிலையைத் திறந்து சொற்பொழிவை நிகழ்த்தினார். உண்மையான, திறமையான ஒரு தலைவருக்கு அவரது தொண்டுகளைப் பாராட்டும் வகையில் உயிருடன் வாழும் காலத்தில் அவருக்கும் சிலை திறப்பதில் அளவில்லா மகிழ்ச்சி அடைவதாக அப்போது நேரு குறிப்பிட்டார். “கல்வி வள்ளல் காமராஜரைப் படிக்காத மேதை, என கூறுகிறார்கள். காமராஜர் பள்ளி சென்று ஆறாவது வகுப்பு வ்ரை படித்தவர்தான். ஆனால், காமராஜர் கற்றது அனுபவத்தால் கணக்கில் அடங்காது. தந்தை பெரியார் பொதுக்கூட்டங்களில் பேசும் போது காமராஜரைக் கல்விக்கண் கொடுத்த வள்ளல் என புகழ்ந்தார். பல பட்டங் களையும் பதவிகளையும் பெற்றவர்களுக்குக் கல்வி வள்ளல் காமராஜர் தலைவராகத் திகழ்ந்தார். காமராஜர் நன்றி மறக்காதவர் என்பதற்கு எடுத்துக்காட்டாகத் தான் அரசியலுக்கு வர பேருதவி புரிந்த மதுரை ஜார்ஜ் ஜோசப் தனது அறையில் உருவப் படத்தை மாட்டி வைத்து நன்றி செலுத்தினார்.

பெருந்தன்மை மிக்கவர்:- தலைவர்கள் கிடைப்பார்கள் அவர்களிடம் குறிப்பிட்டுச் சொல்லும்படியான தகுதிகளும் இருக்கும். ஆனால் பெருந்தலைவர் காமராஜர் பெருந்தன்மை மிக்கவர் பழிவாங்கும் உணர்ச்சி அரசியலில் மலிந்து விட்டது. குறிப்பாக, எதிரிகளிடம் பழிவாங்குவதற்கு நடத்தப்படும் நடவடிக்கைகளையே அரசியல் என்று கூறும் அளவுக்கு அரசியலில் அசிங்கம் கலந்து விட்டது. அரசியல் வரலாற்றில் குழு மனப்பான்மையும் கருத்து வேறுபாடுகளால் உருவான கோஷ்டிகளும் கோஷ்டிகளுக்கிடையே மோதல்களும் தவிர்க்க முடியாதவைதான். ஆனாலும் எந்தக் குழுவில் இருந்து அல்லது கோஷ்டியிலிருந்து ஒருவன் தலைவனானாலும் அத்தலைவன் எல்லோருக்கும் தலைவராகிவிடுகிறான். ஆனால் எதிர்க் கோஷ்டிகள் அல்லது உட்கட்சிப் பூசல்கள் உருவாகிவிடுகின்றன.

இந்த வகையான உட்கட்சிப் பூசல்களைத் தவிர்க்க வேண்டுமானால் தலைவன் தகுதி வாய்ந்த பெருந்தன்மை உடையவராய் இருத்தல் வேண்டும்.

இந்திய அரசியல் வரலாற்றில் எல்லோராலும் குறிப்பாக எதிரிகளாலும் மதிக்கப்பட்ட தலைவர் பெருந்தலைவர் காமராஜர் என்றால் மிகையாகாது. அதற்குக் காரணம் அவரிடமிருந்த பெருந்தன்மைதான். எல்லோரிடமும் காட்டுகின்ற சமச்சீரான பேதமற்ற அன்பும் நட்பும் அதற்கு வழி வகுக்கின்றன. பொதுவான கட்சியின் ஒரு குழுவிலிருந்து தேர்ந்தெடுக்கப்படும் தலைவர் அக்குழுவில் அவருக்குத் தலைவராக உதவி செய்தவர்க்குப் பற்பல பதவிகளைக் கொடுத்து மீண்டு தனது குழுவைப் பலப்படுத்துவார். இவ்வித செயல்பாடுகளால் கட்சிக்குள் குழுக்கள் கூடி உட்கட்சிப் பூசல் உண்டாகும். ஆனால், காமராஜர் அவர்களது மனநிலை மாறுபாடானது. எதிரிகளை எதிரிகளாக நண்பர்களாகப் பாவிப்பதும் இல்லை. அதற்காக எதிரிகளை நண்பர்களாகப் பாவிப்பதும் இல்லை. எதார்த்தமாக இருப்பார் என்பதே பொருத்தமானது. எதிரியாக இருந்தாலும் அவர் கொள்கையில் மட்டும்தான் எதிரி என்று எண்ணியவர் காமராஜர்.

1954-இல் தமிழகத்தின் முதல் மந்திரியாக வருவதற்குரிய வாய்ப்பு தானாக காமராஜர் அவர்களைத் தேடி வந்தது. தேடி வருகிறது என்பதற்காக தேவையில்லாத சிரமங்களை ஏற்றுக் கொள்ளலாமா? ஏற்கெனவே இரண்டு கோஷ்டிகளாகப் பிரிந்து நின்றது கட்சி. இந்தச் சூழ்நிலையில் ஒரு கோஷ்டியினர் காமராஜரை முதலமைச்சராக்க வேண்டும் என்று நினைத்தார்கள். காமராஜரோ கோஷ்டிப்பூசல்களை வளர்த்து குறுகலான வட்டத்துக்குள் அரசியலை அடக்க விரும்பவில்லை. ஆனாலும் தான் முதலமைச்சராவதற்கு ஒப்புதல் அளித்து விட்டார். ஆனால் வழக்கம் போல் ஒரு கட்டுப்பாடு விதித்தார். கட்டுப்பாடு இதுதான் "நான் முதல் மந்திரியாக வர வேண்டுமானால் எனக்குத் துணையாக உள்ள மந்திரிகளை நானே தேர்ந்தெடுத்துக் கொள்வேன் இதில் யாரும் 'அவரைப் போடு இவரைப் போடு' என்று சொல்லக் கூடாது. இதற்கு எல்லோரும் சம்மதித்தால் மட்டுமே நான் பதவி ஏற்பேன்" என்று அறிவித்தார். எப்போது பதவி வரும்? எப்படியாவது பதவி வந்து விடாதா? என்று எண்ணுவர். இப்படி ஒரு எண்ணம் எழுமா? காமராஜர் அவர்கள் பதவியை அடையும் வழிகளுக்கு தனிப்படிகள் வைத்திருந்தார். அதுவே அத்தனை

பேரும் பின்பற்றப் படவேண்டிய தகுதியான தனிவழியாக இன்றளவும் நிற்கிறது. எப்போதும் காமராஜர் தலைவர் பதவியை நாடிப் போகவில்லை. பதவிகள்தான் அவரை நாடி வந்தன. அப்படி நாடிவரும் பதவிகளை உடனே ஏற்றுக்கொண்டாரா? அதுவும் இல்லை அதற்கும் கட்டுப்பாடுகள் விதித்தார். தன் கட்டுக்குள் வைத்துக்கொண்டார். அவர் போட்ட கட்டுப்பாடுகளைக் காங்கிரஸ் தலைவர்களும் அப்படியே ஏற்றுக்கொண்டனர். அவர் முதல் மந்திரியாக வந்தால் போதும் என்று எண்ணினர். ஆனால் பெருந்தலைவர்க்கு எதிராக அணி திரளாமல் இல்லை. எல்லாம் முடிந்தது. ஜனநாயக அடிப்படையில் பெரும் பான்மையான உறுப்பினர்களின் வாக்குப்படி காமராஜர் தலைவராகத் தேர்ந்தெடுக்கப்பட்டார். அவரை எதிர்த்த இராஜாஜி அணி தோல்வி அடைந்தது. ஜனநாயக முறைப்படி காமராஜர் தலைவராகத் தேர்ந்தெடுக்கப்பட்டார். எனவே, இனி முதலமைச்சர் காமராஜர் தான் என்பது உறுதியாகிவிட்டது. அவர்தான் தனது விருப்பபடி மந்திரிசபை அமைக்கப் போவதாகக் கூறியிருக்கிறாரே, அவர் அமைத்த அமைச்சரவை அவரைப் பெருந்தன்மையானவர் என்று பலருக்குக் காட்டியது. சி. சுப்பிரமணியத்தையும் பக்தவத் சலத்தையும் கூட காமராஜ் தனது மிகச் சிறிய அமைச்சரவையில் சேர்த்துக்கொண்டார். இவ்விதம் எதிரிகளை விலக விடாது அமைச்சரவையை இணைத்து பெருந்தன்மையோடு பெருந்தலைவர், தனது ஆதரவாளர்களை மீறிச் செய்ததால்தான் கட்சிக்குள் பிளவு இருந்த மனப்பான்மை மறைந்தது. 1954-முதல் 1963-வரை ஒன்பது ஆண்டுகள் அவரே விரும்பி வெளியேறும் வரை ஆட்சி செய்ய முடிந்தது.

பொதுவாக அரசாங்கத்தில் ஆள்பவர்கள் அனைவரையும் அனுசரித்துப் போக வேண்டிய சூழ்நிலைக்குத் தள்ளப்படுவதால் சமாளிக்கவோ, சாதனைகளை விளக்கவோ திட்டங்களைத் தெரிவிக்கவோ அதிகம் பேச வேண்டிய நிலைக்கு ஆட்படுகிறார்கள். அரசியலில் குறையப் பேசுவதில் தவறில்லை; பலரும் குறை சொல்லும்படித்தான் நடக்கக் கூடாது.

தேவையற்றதை வெற்றுச் சொற்களால் தேவைக்கு அதிகமாக அலங்காரமாகப் பேசுவதில் ஆர்வமே காட்டாத ஒரு உலக அரசியல்வாதி உண்டென்றால் அவர் உத்தமத் தலைவர் காமராஜர் ஒருவர்தான். மேடைகளிலும் மிகக் குறைவாகவே பேசுவார். எப்போதுமே குறைவாகப் பேசுபவர்கள் செயலில் நிறைவாகவே இருப்பர் என்பார்கள். பெருந்தலைவரும் இத்தகுதிக்கு மகுடம் சேர்த்தார் என்றால் மிகையாகாது.

சிக்கனச் சீலர்:- பெருந்தலைவர் காமராஜர் அவர்கள் முதலமைச்சராக இருந்தபோது அவரது அன்னை சிவகாமி அம்மையாரும் குடும்பத்தினரும் விருது நகரிலேயே தங்கியிருந்தனர். எனவே, தனது தாயைக் கவனிக்கும் பொறுப்பு தனயனுக்கு ஏற்பட்டது. தனயன் தன் தாய்க்கு மாதா மாதம் ஜீவனத்திற்காக ரூ. 120/- மட்டுமே அனுப்பி வந்தார். அரசியலில் பெரியவர்களாக அறிமுகம் ஆகிவிட்டால் அவர்களது வீடுகளில் நித்தமும் திருவிழாக் கூட்டமாகத்தான் இருக்கும். உறவினர்கள், நண்பர்கள், கட்சிக்காரர்கள், காரியக்காரர்கள் என தலைவரைப் பார்க்க இல்லை என்றாலும் தாயைப் பார்க்க வந்து செல்வர். தலைவரிடம் சென்றாலே தகுதியின் அடிப்படையைத் தவிர தகாத அடிப்படைகளில் எந்த சிபாரிசுகளையும் ஏற்கமாட்டார். அப்படிப்பட்டவரின் தாயிடம் போய்ப் பார்த்துப் பேசி என்ன நடக்கப் போகிறது? எனவே அன்னை. சிவகாமி அம்மையாரை ஒரு அனுதாபத்திலும், அன்பிலும் பெருமை நோக்கிலும் மட்டுமே மக்கள் தினமும் சந்திப்பர். காமராஜரிடம் அவர் அம்மாவே ரூ. 120/-யை ரூ. 150/-யாக அனுப்பித்தரச் சொல்ல வேண்டும் என்று நினைத்தார்.

ஒரு முறை நேராக தன் மகனிடம் யார்யாரோ வருகிறார்கள். வருபவர்களைச் சும்மா அனுப்ப முடியுமா? வரக்கூடியவர்களே சோடா கலர் கேட்கிறார்கள். அதனால் நூற்றி இருபதை நூற்றி ஐம்பதாக அனுப்பையா என்று கேட்டார். அவர் நிதானமாக, "வருகிறவர்கள் ஏன், அதக்குடு இதக்குடு என்று கேட்கிறார்கள்? அவர்களுக்கு நீயாக எதுவும் கொடுக்க வேண்டாம்!" என்று கூறி விட்டு நகர்ந்து விட்டார். தனது வீடாக இருந்தாலும், நாடாக இருந்தாலும் இரண்டையும் சமமாகவே பார்த்தார். அதனால் தான் வாழ்க்கையில் மிகவும் சிக்கனமாக வாழ்ந்து சிறக்க முடிந்தது. எத்தனையோ வீடுகளை எங்கெங்கோ கட்டிவிட்டு ஆசைவலைப் பின்னி அதற்குள் அகப்பட்டுக் கொள்ளும் அரசியல்வாதிகளுக்கு வாழ வழிகாட்டும் காமராஜரின் வாழ்க்கை.

பழிக்கஞ்சும் பண்பாளர்:- முதல் மந்திரி வீடு என்றால் எவ்வளவு பிரமாண்டமாக இருக்கும்? மந்திரிகள், எம். எல். ஏ.-க்கள் வீடுகளே மகாராஜாக்களின் கோட்டை மாளிகைகளாக இருக்கும் போது முதல் மந்திரியின் வீட்டைக்கேட்பானேன். பழிக்கு அஞ்சுபவர்களாக இருந்தால் பளிங்கு வீடு கட்டுவார்களா? கார்பவனி வருவார்களா? எதார்த்தமாக ஏழைகளின் வீடுகளில் இருக்கும் அடிப்படை வசதிகூட இருக்கவில்லை. காமராஜர் வீட்டில்- ஒரு முதல் மந்திரியின் வீட்டில் கக்கூஸ் கூட இல்லை என்றால் என்ன

நினைப்பீர்கள்? ஆனாலும் இது தான் நிலை. ஒரு கக்கூஸ் கட்ட முடியாதா? அதற்குக்கூட பணம் இல்லையா? அன்று விருதுநகர் வீடுகளில் அத்தகைய வசதிதான் இருந்தது. ஒரு முறை சிவகாமி அம்மையார் வீட்டில் கக்கூஸ் வசதி குறைவு. எனவே "ஒரு கக்கூஸ் கட்டியாவது தா" எனக் கேட்டார். தலைவர் அவர்களே அதற்கு அனுமதி கொடுக்கவில்லை. அனுமதி கொடுக்காதற்கு அவர் கூறிய விளக்கம்தான் அவரது பழிக்கஞ்சும் பண்பை பறை சாற்றுகிறது. "நீ கக்கூசத் தான் கட்டுவ; ஊர்ல உள்ளவன் பங்களா கட்டினதாகச் சொல்லி பத்திரிகையில் போடுவான்." என்று கூறி கக்கூஸ் தேவைக்கு முற்றுப் புள்ளி வைத்தார். இதுபோல் அதிகாரத்தில் இருக்கும் ஒருவர் பழிக்குப் பயப்பட்டு அரசியல் நடத்தும் பழக்கம் வந்து விடுமானால் இந்தியா உலகுக்குக் கலங்கரை விளக்கமாகி விடும்.

அனுபவ அறிவில் ஆசான்:- பெருந்தலைவரின் சிந்தனைகள் வாழ்பவருக்கு வழியாக அமையும் என்பதில் ஐயமில்லை. அவர் அறிவின் ஆசானாகவே திகழ்ந்தார். அறிவு ஒரு மனிதனை மூன்று வழிகளில் வந்தடைகிறது. அறிவுடைய பெரியோர்களின் வாய்மொழியைக் கேட்பதால் வரும் கேட்டறிவும், அறிவுடையோரின் எழுத்துக்களைப் படிப்பதால் வரும் ஏட்டறிவும், இரண்டும் இல்லாதவர்களுக்கு அல்லது இருப்பவர்களுக்கு மூன்றாவது வழியாக அனுபவத்தால் வரும் பட்டறிவும் ஒரு மனிதனை முழுமையாக்கிட முயல்கிறது. கேட்டறிவு, ஏட்டறிவு, பட்டறிவு ஆகிய மூன்று அறிவுகளிலும் பட்டறிவு மட்டுமே பயனறிவு எனும் தகுதியைப் பெறுகிறது.

அதற்குரிய காரணங்கள் இரண்டு:-

1. பட்டறிவு நினைவு நிலையிலிருந்து மறதிப்படி ஏறுவதில்லை.

2. கேட்பவர்களுக்கும் படிப்பவர்களுக்கும் உரிய அறிவைப் புகட்டும் ஞானம் எளிதாகக் கிடைக்கிறது. பொதுவாக, மக்களைவிடச் அரசியல்வாதிகளுக்குத்தான் அனுபவ அறிவே மிகுந்திருக்க வேண்டும்.

ஒரு எம்.எல்.ஏ. -வுக்கு குறைந்தது அவரது தொகுதியைப் பற்றிய அனுபவ அறிவாவது இருக்க வேண்டும். ஒரு தலைவருக்கு குறைந்தது அவரது மாநிலம் பற்றிய அனுபவ அறிவாவது இருக்க வேண்டும். நிலத்தையும், நிலத்தில் ஓடும் நதிகளையும் நதிகளால் பெறும் பயன்களையும், விளைச்சலையும், விளைச்சல் விலையாகும் வியாபாரச் சாதனைகளையும், மக்களின் வாங்கும்

சக்திகளையும், வாங்குபவரின் வாழ்க்கைத் தரத்தையும் தலைவர் அறிந்திருக்க வேண்டும். இந்தத் தகுதிக்குக் கிரீடமாகத் திகழ்ந்தவர்தான் பெருந்தலைவர். எனவே அவரது அனுபவ அறிவு பற்றிய சிந்தனை அவருக்கு விளக்காக இருக்கிறது. நான் படிக்கவில்லை தான், ஆனால் எனக்கு பூகோள சாஸ்திரம் நன்கு தெரியும். எங்கெல்லாம் நதிகள் உள்ளன, ஏரிகள் இருக்கின்றன என்றெல்லாம் எனக்குத் தெரியும். நேர்க்கோடுகளையும் வளைந்த கோடுகளையும் கொண்டிருக்கும் புத்தகங்கள்தான் பூகோள சாஸ்திரம் என்றால் அதைப் பற்றி நான் தெரிந்து கொள்ளாமலே இருந்து விடுகிறேன் என்றார் பெருந்தலைவர். இச்சிந்தனை எவ்வளவு எதார்த்தமாக- இயல்பாக உள்ளது? வீணே ஏட்டுக் கல்வியைப் படித்து ஏட்டுச் சுரைக்கறியை காக்குதவாமல் செய்வதை அறவே வெறுத்த அவரது சிந்தனை சிகரத்தில் வைத்துப் போற்றப்பட வேண்டியதுதான் பெருந்தலைவரது இச்சிந்தனை அரசியல் வாதிகளுக்கு மட்டுமல்ல; அனைவருக்குமே பொருந்தும்தான்.

பெருந்தலைவர் காமராஜர் தோல்வியைக் கண்டு துவளாத மனம் கொண்டவர். இந்தியாவுக்கே வழிகாட்டியாக இருந்து நேருவுக்குப் பிறகு லால்பகதூர் சாஸ்திரியைத் தேர்வு செய்து விட்டு தமிழகத்துக்கு தேர்தலைச் சந்தித்த பெருந்தலைவர் தோல்வியைத் தழுவினார். அப்போது இமயத்தின் உச்சியில் இருந்து அதாள பாதாளத்தில் தள்ளப்பட்ட நிலை பெருந்தலைவருக்கு ஏற்பட்டது. ஆனால் அவர் தோல்வியைக் கண்டு துவண்டு போகவில்லை. “மக்கள் தீர்ப்பே மகேசன் தீர்ப்பு. இதை மனமுவந்து ஏற்றுக் கொள்கிறேன். ஆட்சிக்கு வந்தவர்கள் புதியவர்கள். ஆறு!மாத காலம் அவர்களுக்கு அவகாசம் கொடுக்கிறேன். அதுவரைக்கும் அவர்களைப் பற்றி எந்த விமர்சனமும் செய்யாமல் அமைதியாக இருப்பேன்” என்று சொல்லி தோல்வியை ஏற்றுக் கொண்டார். அந்தப் பக்குவத்தை வேறு எந்த தலைவரிடமும் நான் பார்க்கவில்லை. தேர்தலில் தோல்வி ஏற்பட்ட நிலையிலும் மற்றவர்களைப் பழித்துச் சொல்லாத நற்பண்பாளர் பெருந்தலைவர் காமராஜர்.

❋❋❋

7. பெருந்தலைவரின் சிந்தனைகள்

அனைவரும் சிந்தனை செய்கின்றனர். ஆனாலும், அனைவரையும் சிந்தனைவாதிகள் என்பதில்லை. ஏனெனில் எல்லோரும் சிந்திப்பதையே எல்லோரும் சிந்திக்கின்றனர். யார் ஒருவர் எதார்த்தத்தை மீறி தன்னை ஒதுக்கி தன் சமூகத்துக்காகச் சிந்திகிறார்களோ அவர்களை சமூகம் பாதுகாக்கத் தவறியதே இல்லை. அதிலும் குறிப்பாக பெருந்தலைவர் காமராஜர் அவர்களது சிந்தனைகள் இன்னும் வாழும் சிந்தனைகள் என்றும் தகுதியைப் பெறுகின்றன. ஒரு அறிவியல் மேதையின் சிந்தனைக்கும், சித்தாந்தவாதியின் சிந்தனைக்கும் உள்ள அழுத்தமும் ஆழமும் இந்த அரசியல் ஞானியின் சிந்தனையிலும் இருப்பதைப் படிக்கப் படிக்க அறியலாம்.

காமராஜரின் சீரிய சிந்தனைகள் குழந்தைகள் முதல், பெரியவர்கள் வரை நெறியுடன் செம்மையாய் வாழ வழிவகுக்கும் விதத்தில் அமைந்துள்ளன. அவரது சிந்தனையில் உதித்த சீரியக் கருத்துக்களை இப்போது காண்போம்.

பொறுமையை கடைபிடியுங்கள்:- இப்போதுள்ள அரசியல் தலைவர்கள் பலர் மக்களிடம் 'நான் அதைச் செய்கிறேன், இதைச் செய்கிறேன்,' என்று தேவையில்லாத வாக்குறுதிகளைத் வழங்கு கிறார்கள். தேவையான செயல்களைக் கூட செய்ய மறுக்கிறார்கள். அவசரப்பட்டு சில செயல்களைச் செய்து அவமானத்திலும் அமுங்கிப் போகிறார்கள். அவசரத்தில் 'அள்ளித் தெளித்த கோலங்'களாகச் சில அரசியல் தலைவர்கள் இருப்பது மிகவும் வருத்தமளிக்கும் செயலாகும். 'பதறும் காரியம் சிதறும்' என்பார்கள். திட்டமிடாமல் அவசரப்பட்டு செய்யப்படும் செயல்கள் முடிவில் பிரச்சினைகளை ஏற்படுத்தும், மேலும் அவமானங்களை உருவாக்கும். இதனை உணர்ந்த பெருந்தலைவர் காமராஜர்

நிதானமாகச் செயல்படுவதற்கு எளிய வழியாக 'ஆகட்டும் பார்க்கலாம்' என்னும் வார்த்தைகளை உபயோகித்து வந்தார். செய்ய முடியாத காரியத்திற்கு உறுதிமொழி வழங்குவதை விட ஆகட்டும் பார்க்கலாம் என்னும் வழியில் செயல்படுவதன் மூலம் நிதானத்தைக் கடைபிடிக்கலாம் என்பதை உணர்ந்தவர் பெருந்தலைவர். காமராஜர் தனது பேச்சில் அடிக்கடி 'ஆகட்டும் பிறகு பார்த்துக் கொள்ளலாம்' என வலியுறுத்தி வந்தார். எந்தக் காலத்திலும் பொறுமையைக் கடைபிடிக்க வேண்டும் என்பது பெருந்தலைவரின் சிந்தனையாகும்.

காலந் தவறாமல் கடமை ஆற்றுங்கள்:- குறிப்பிட்ட நேரத்தில் குறிப்பிட்ட செயல்களைச் செய்ய முடியாமல் இருப்பவர்கள் பலர். பல்வேறு காரணங்களைச் சுட்டிக்காட்டி அரசியல் கூட்டங்களுக்குக் கூட சரியான நேரத்தில் வராத தலைவர்களும் உண்டு. கூட்டத்திற்குத் தாமதமாக வந்தால்தான் பார்வையாளர்களின் கவனத்தையும் கவர்ந்து இழுக்க முடியும் என்ற எண்ணத்தோடு கூட்டத்திற்கு வருபவர்களும் உண்டு. கூட்டத்திற்குத் தாமதமாக வந்தால்தான் பெருந்தலைவராகத் தம்மைக் கருதுவார்கள் என எண்ணி கூட்டத்திற்குக் குறிப்பிட்ட நேரத்தில் வராத பல அரசியல் தலைவர்கள் இன்றும் இருக்கிறார்கள். இவர்களெல்லாம் உணரும் வண்ணம் ஒரு நிகழ்ச்சி காமராஜர் கலந்துகொண்ட பொதுக்கூட்டத்தில் நடந்தது. சென்னையில் நடந்த பொதுக் கூட்டம் ஒன்றில் கர்மவீரர் காமராஜர் கலந்து கொண்டார். கூட்டத்தில் கலந்து கொள்ள நடிகர் திலகம் சிவாஜி கணேசன் குறிப்பிட்ட நேரத்தில் அங்கு வரவில்லை. மிகவும் தாமதமாக வந்தார். நடிகர் திலகம் சிவாஜி கணேசன் வந்தவுடன் இரசிகர்கள் கூட்டத்திலிருந்து கைதட்டி ஆரவாரம் செய்தார்கள். இதனை மேடையிலிருந்து காமராஜர் கவனித்தார். சிவாஜி கணேசனை அருகில் அழைத்தார். நீங்கள் கூட்டத்திற்கு வருவதாக இருந்தால் முதலிலேயே வந்து விடுங்கள் அல்லது கூட்டம் முடிந்த பின் வாருங்கள். இப்படி இடையில் வருவதை நிறுத்தி விடுங்கள் என்றார். பெருந்தலைவரின் சீரிய சிந்தனை கலந்த அறிவுரையை ஏற்ற நடிகர் திலகம் அதன் பிறகு எல்லாக் கூட்டங்களுக்கும் நேரம் தவறாமல் குறிப்பிட்ட நேரத்தில் செல்ல ஆரம்பித்தார். காலம் தவறாமல் கடமை செய்தால் உயர்வு அடையலாம் என்பது காமராஜரின் வாக்கு.

வீண் வம்புக்கு விலகி விடுங்கள்:- நம் மீது குறை சொல்பவர்களைக் கண்டால் எரிச்சல் வரும். நம்மீது வேண்டுமென்றே குறை சொன்னால் எரிச்சலோடு கோபமும் சேர்ந்து வரும். சில

வேளைகளில் மற்றவர்கள் இதனால் நிலைகுலைந்து நிதானம் இழந்து செயல்படவும் வாய்ப்பு உள்ளது. இந்த மாதிரியான காலக் கட்டங்களில் பிரச்சினை கொடுப்பவரை விட்டு விலகி இருப்பது விவேகமான செயல் ஆகும். வீணாக வம்புக்கு வந்தாலும் அவர்களோடு சண்டையிடாமல் ஒதுங்கிக் கொள்வது நல்லது.

இலக்கியச் செல்வர் குமரி ஆனந்தன் அவர்கள், தமிழக இளைஞர் காங்கரஸில் தலைவராக இருந்த நேரம் கட்சியிலுள்ள மூத்த தலைவர்கள் பலர் குமரி ஆனந்தன் அவருக்கு உரிய மரியாதை தரவில்லை. பல்வேறு விதத்தில் அவரைத் தொந்தரவு செய்தார்கள். குமரி ஆனந்தன் சமாளித்துப் பார்த்தார், முடியவில்லை. பொறுமையின் எல்லைக்கே சென்று விட்ட குமரி ஆனந்தன் முடிவில் பெருந்தலைவர் காமராஜரிடம் சென்று தனக்கு ஏற்பட்ட பிரச்சினையைச் சொன்னார். மூத்த தலைவர்கள் எனக்கு இடைஞ்சல் செய்கிறார்கள் என்பதைச் சொன்னால் காமராஜர் கண்டிப்பாக அவர்களை அழைத்துக் கண்டித்துத் திருத்துவார் என எதிர்பார்த்தார் குமரி ஆனந்தன். காமராஜர் உடனே, “நீ போகிற இடத்தில் ஒரு பெரிய பாறை இருக்குதுன்னா என்ன செய்வே? அதை அசைத்துத் தள்ளி வச்சிட்டாப்போவே? இல்லைன்னா அதை சுற்றித்தானே போவாய். அதைப் போல் சுற்றிப் போயேன்” என்று சொன்னார். பெருந்தலைவரின் சீரிய வழி காட்டலைக் கேட்ட குமரி ஆனந்தன் அமைதியாகி விட்டார். வீணாக வம்புச் சண்டைக்கு இழுப்பவர்களை விட்டு விலகி விடு என்பது கர்மவீரர் காமராஜரின் அன்புக் கட்டளை ஆகும்.

எதிர்க் கட்சிகளிடம் எச்சரிக்கையாய் இருங்கள்:- எதிர்க்கட்சியா? அல்லது எதிரிக்கட்சியா? என்று சில ஆளும் கட்சியினர் எதிர்க்கட்சியினரைப் பார்த்து அடிக்கடி கேட்பது உண்டு. ஏனென்றால் எடுத்ததுக்கெல்லாம் ஆளுங்கட்சியினரைக் குறை சொல்லும் போக்கு எதிர்க்கட்சிகளிடம் இருக்கிறது. அதைப் போல் ஆளுங்கட்சிக்காரர்களும் எதிர்க்கட்சிக்காரர்களை எவ்வாறு பிரச்சினைகளில் மாட்டி வைக்கலாம் என்று காத்துக் கிடப்பதும் உண்டு. ஆளும் கட்சியில் இருப்பவர்கள் மிகவும் எச்சரிக்கையாக எப்போதும் இருக்க வேண்டும் என்பதை உணர்ந்து வைத்திருந்தார் பெருந்தலைவர் காமராஜர் அவர்கள். தூய்மையான வாழ்க்கையை வாழ்ந்து எளிமையின் சின்னமாக விளங்கியவர் காமராஜர். முதலமைச்சராக இருந்தபோது தனது தாயார் சிவகாமி அம்மையாரை விருதுநகரிலேயே தங்க வைத்திருந்தார். இதனைக் கவனித்த சில நண்பர்கள் உங்க

அம்மாவை சென்னைக்கு அழைத்து வந்து உங்களுடன் தங்க வைத்துக்கொள்ளலாமே எனக்கேட்டார்கள். உடனே காமராஜர், "இது நல்ல யோசனைதான் ஆனால், என் அம்மா என்னுடன் இருந்தால் அவர்களைப் பார்க்க நிறைய உறவினர்கள் வருவார்கள். இதைப் பார்க்கும் எதிர்க்கட்சியினர் காரியம் செய்து கொடுப்பதாகச் சொல்வார்கள்" என்றார் காமராஜர் எதிர்க்கட்சியினரிடம் அதிகக் கவனமாக இருக்க வேண்டும் என்பதை மிகத் துல்லியமாகச் சுட்டிக் காட்டியவர் காமராஜர். எதிர்க்கட்சியினரிடம் எப்போதும் எச்சரிக்கையாகக் இருக்க வேண்டும் என்பது காமராஜரின் பொன்மொழியாகும்.

உழைத்து வாழ வேண்டும்:- இப்போதெல்லாம் உழைக்காமல் பிழைக்க வேண்டும், என்பதைச் சிலர் மனதில் கொண்டு சும்மா இருக்கிறார்கள். உடலுழைப்பு செய்யவும் தயாராக இல்லை. எனவே சோம்பலுடன் திரியும் கூட்டம் அதிகமாகி விட்டது. ஒரு நாடு வளர்ச்சி பெற வேண்டுமென்றால் அந்த நாட்டில் மக்கள் அனைவரும் உழைக்க வேண்டும். ஒரு முறை ஆவடியில் காங்கிரஸ் மாநாடு சிறப்பாக நடந்தது. மாநாட்டில் ஜவஹர்லால் நேருவும் கலந்து கொண்டார். மாநாட்டில் கலந்து கொண்ட பெருந்தலைவர் காமராஜர், "கடுமையான உழைப்பே மக்களை வறுமையிலிருந்து மீட்கிறது." சமதர்மச் சமுதாயம் மலர வன்முறை தேவையில்லை. காந்திஜி காட்டிய வழியில் சமதர்மச் சமுதாயத்தை அமைப்போம், எனப்பேசி மக்களின் மனதில் இடம் பெற்றார். உழைத்து வாழ வேண்டும் என்பதே உத்தமர் காமராஜரின் சத்திய மொழியாகும்.

அதிகார ஆசை அறவே கூடாது:- "தொண்டனாக இருக்கப் பழகு; தலைவனாகும் தகுதி தானே வரும்." என்பார் விவேகானந்தர். தலைவனாகும் தகுதி அதிகார மனநிலை உடையவர்களுக்கு வந்தும் பயனில்லை. தொண்டு மனநிலை உடையவர்க்குத் தலைமைப் பதவி வரும்போது தான் தகுதியடைகிறது. பொதுவாக அரசியலில் அதிகார ஆசையும் வெறியும் அடர்ந்திருக்கிறது. பதவிக்கு ஏற்பட்ட போட்டிகளே அதற்குச் சான்று! மேலாதிக்க மனநிலை கூடும் போது சமத்துவ மனநிலை மறைந்து, தன்னை அதிகாரவர்க்கத்தின் தலைமகனாக 'ஆணவம்' முடிசூட்டிக் கொள்கிறது. இந்த மனநிலை மாறும் போதுதான் ஐந்து வருடத்துக்கு ஆள வந்தவர்கள் தன்னை நிரந்தரமானவர் என்றும் பதவி நிரந்தரமானது என்றும் நிலை தடுமாறிப் பேசுகின்றனர். வாழ்க்கையே நிரந்தரமில்லாத போல அதில் வரும் பதவி மட்டும் நிரந்தரம் என்று என்னும் மடமை அதிகாரத்திற்குக் காரணம்

அதிகார ஆசைதான். அதிகார ஆசை உடையவர்கள் ஆட்சிக்கு வரும் போது ஏற்படும் தடுமாற்றங்களின் தடங்களைப் பார்த்தால் அத்தனையிலும் அடுத்தவர்மேல் ஆதிக்கம் செலுத்தும் பதவி ஆசை படிந்திருப்பதைக் காணலாம். அதனால்தான் கர்மவீரர் காமராஜர் அவர்கள் அதிகார ஆசை அரசியல்வாதிகளுக்கு அறவே இருக்கக்கூடாது என்று கூறுகிறார். ஒவ்வொருவனும் பெரிய மனிதனாக விரும்புவதில் தவறில்லை. ஆனால் எல்லா அதிகாரமும் தன்னிடமே இருக்க வேண்டும் என்று ஆசைப்படுவதே தவறு! என்கிறார் பெருந்தலைவர். ஒரு தனிமனிதன் தன்னை பெரிய மனிதனாக மாற்ற விரும்புவதில் தவறில்லை. பெருந்தன்மை மிக்க மனிதனாக அனைவரும் மாறும்போதுதான் நாடே பெருமை மிக்கதாக மாறும். ஆனால் அதிகாரங்கள் அனைத்தும் தன்னிடமே இருக்க வேண்டும் என்று எண்ணும் போதுதான் அச்சாணியே ஆட்டங் கொள்கிறது. பெருந்தலைவரின் இந்தச் சிந்தனைப்படியே அவர் தனது வாழ்க்கையை அமைத்துக் கொண்டார் என்பதில் ஐயமில்லை. வானளாவிய அதிகாரங்கள் படைத்த பதவிகளை வகித்த போதும் தன்னைக் குறுக்கிக் கொண்டே வாழ்ந்தார் பெருந்தலைவர். தவறுகளைக் குறைத்துக் கொள்வதற்கு அரசியல்வாதிகள் தவறாது இந்தச் சிந்தனையைக் கடைபிடிக்க வேண்டும்.

வீரமுடன் வாழுங்கள்:- நோயினால் மாண்டவர்களை விட பயத்தினால் இறந்தவர்களே அதிகம் என்பார்கள். எதற்கெடுத்தாலும் நாளும் பயந்து வாழுகின்ற மக்கள் உண்டு.

"அஞ்சி அஞ்சிசாவார், அவர்
அஞ்சாத பொருளில்லை அவனியிலே"

எனப் பாட்டுக் கொருப் புலவர் பாரதியார் தெளிவாக நாட்டு மக்களின் நிலையை அன்றே படம்பிடித்துக் காட்டினார். "கோழையாய் வாழ்வதை விட வீரனாகச் சாவதே மேல்" என்பது நாட்டுப்பற்று மிக்க நல்லவர்களின் கருத்தாகும். நம் நாட்டு விடுதலைக்காகத் தூக்குக் கயிற்றை முத்தமிட்டவர்கள் ஏராளம்,[3] குண்டடிப்பட்டு செத்தவர்கள் ஏராளம். நாட்டுக்காக - விடுதலைக்காகப் பாடுபட்ட நல்லவர்கள் வாழ்ந்த நம் நாட்டில் காமராஜர் வாழ்க்கையிலும் ஒரு சம்பவம் நடந்தது. 1949-ஆம் ஆண்டு திருச்சியில் ஒரு பொதுக்கூட்டம் நடந்தது. தமிழ்நாடு காங்கிரஸ் தலைவராக இருந்த காமராஜர் அந்தக் கூட்டத்தில் கலந்துகொண்டு பேசும்போது சிலர் குழப்பம் உண்டாக்கும்

நோக்கத்தில் வெடிகளை வீசினார்கள். மேடை அருகே வெடி வெடித்ததால் கூட்டம் கலைய ஆரம்பித்தது. உடனே காமராஜர், “கூட்டத்தில் குழப்பம் உண்டாக்க நினைப்பவர்கள் இதுமாதிரி வெடிப்பதில் பலனில்லை. வீரமிருந்தால் என் நெஞ்சில் துப்பாக்கியால் சுடுங்கள். காந்தியடிகளை கோட்சே சுட்டுக் கொன்றான். அதனால் காந்தியடிகள் அமரரானார். அதைப்போல் பெருமை எனக்கும் கிடைக்கட்டும். வீரப்பரம்பரையிலே வந்தவர்கள் வியாதியில் கஷ்டப்பட்டு இறந்தவர் என்பது பெருமை கிடையாது” என அஞ்சாது உரையாற்றினார். கூட்டம் அமைதி யானது. வீரமுடன் வாழ்வதே விவேகமான செயலாகும் என்பது “பாரத் ரத்னா” காமராஜரின் சீரிய சிந்தனையாகும்.

மக்களுக்கு முதல் மரியாதை செய்யுங்கள்:- எனக்கு மாலை கிடைக்குமா, மரியாதை கிடைக்குமா என்று ஆண்டவன் வாழும் ஆலயத்திற்குச் சென்றால் கூட காத்துக் கிடக்கும் மக்கள் அதிகமாகி விட்டார்கள். அரசியல் பொதுக்கூட்டத்திற்கு வரும் அரசியல் தலைவர்கள் கூட எனக்கு ஆள் உயர மாலை வேண்டும் என்று அதிகாரம் செய்யும் நிலைதான் இன்றும் உள்ளது. மாலை வாங்க காசு கொடுத்து ஆட்களைத் தயார்படுத்தும் அரசியல் வாதிகளும் இருக்கிறார்கள். காமராஜர் அரசியல் தலைவர்களில் வித்தியாசமானவர். ஒரு முறைப் பெருந்தலைவர் காமராஜர் ஒரு கூட்டத்திற்குப் பேச வந்தார். அப்போது நிறையபேர் மாலைகளை எடுத்துக் கொண்டு மேடைக்கு வந்தார்கள். கையில் மாலையோடு நிறையபேர்கள் மேடைக்கு வருவதைக் கண்ட காமராஜர் “எனக்கு மாலை மரியாதையெல்லாம் வேண்டாம்.” என்று சொல்லி விட்டார். வந்தவர்கள் எல்லாரும் திகைத்துப் போய்விட்டார்கள். நாம் ஆசையோடு மாலை வாங்கி வந்திருக்கிறோம் தலைவர் வேண்டாம் என்று சொல்கிறாரே என மிகவும் மன வருத்தத்துடன் நின்று கொண்டு இருந்தனர். அப்போது பெருந்தலைவர் காமராஜர் வந்திருந்தவர்களைப் பார்த்து, “நாம் ஏன் இந்தக் கூட்டத்தை நடத்துகிறோம்? மக்களுக்கு நம் கருத்துக்களைச் சொல்வதற்குத் தானே? மக்கள் நம் கருத்தைக் கேட்பதற்குத் தானே பொறுமையாக வந்து காத்திருக்கிறார்கள். எனவே முதலில் மக்களுக்கு என்ன சொல்ல வேண்டுமோ, அதை நான் சொல்வதுதான் மரியாதை. நான் முதலில் அந்த மரியாதையைச் செலுத்தி விடுகிறேன். அதன் பிறகு எனக்கு நீங்கள் மாலை மரியாதை செய்யலாம்” என்றார். மக்களை, காமராஜர் அந்த அளவு மதிக்கிறார் என்பதைத் தெரிந்தவுடன் வந்திருக்கிறவர்கள் “கப்சிப்” ஆகிவிட்டனர். மக்களுக்குத்தானே முதலில் மரியாதை செய்ய வேண்டும் என்று

மகத்தான உண்மையை வாழ்க்கையிலும் என்றும் கடை பிடித்த மாமனிதர்தான் பெருந்தலைவர் காமராஜர். பெருந்தலைவர் காமராஜர் தியாகம், தன்னலமற்ற சேவை, அனைவரோடும் நெருங்கிப் பழகும் அன்பான பண்பு ஆகியவற்றால் மக்களின் இதயத்தில் நீங்காத இடம்பிடித்தவர். அவரது சிந்தனைகள் எல்லாம் சீரிய பொன் மொழிகளாகத் திகழ்கின்றன. அவை அரசியல் தலைவர்கள் மட்டுமல்லாமல் அனைவரும் கடைபிடிக்க வேண்டிய நன்னெறிகள் என்பது குறிப்பிடத் தக்கவையாகும்.

எளிமையோடு இருங்கள்:- எளிமையைக் கடைபிடிப்பதன் மூலம் சிறப்பான வாழ்க்கை வாழலாம் என்பதை கர்மவீரர் காமராஜர் அடிக்கடி உணர்த்தி வந்தார். முதலமைச்சராகப் பணியாற்றிய காமராஜர் ஒருமுறை மதுரை விருந்தினர் மாளிகையில் தங்க நேரிட்டது. மின்சாரக் கோளாறு காரணமாக அப்போது விருந்தினர் மாளிகையில் மின் விளக்குகள் ஒளி வீசவில்லை. ரிப்பேர் செய்ய ஆட்கள் வந்திருந்தார்கள். அப்போது காமராஜர் "நான் படுக்க வேண்டும். எனவே அந்த அறையில் இருக்கும் கட்டிலை எடுத்து வந்து அந்த வேப்ப மரத்தின் கீழ் வையுங்கள்" என்றார். வேப்ப மரத்தின் கீழ் கட்டிலைக் கொண்டு வந்தார்கள். காமராஜர் கட்டிலில் படுத்துக் கொண்டார். அப்போது காமராஜர் அருகில் காவலுக்காக ஒரு போலீஸ்காரர் நின்றார் அந்த போலீஸ் காரரைப் பார்த்த காமராஜர், "நீங்கள் ஏன் இங்கு நிற்கிறீர்கள் நீங்கள் போய்ப் படுங்கள். என்னை யாரும் தூக்கிச் செல்ல மாட்டார்கள்" என்று கூறி அவரை அனுப்பிவைத்து விட்டார். தனது காவலுக்கு பல்வேறு படைகளோடு உலா வரும் அரசியல்வாதிகளின் மத்தியில் காமராஜர் வித்தியாசமானவராகவே திகழ்ந்தார். தனக்குத் தகுதி இருக்கிறதோ இல்லையோ எப்படியாவது ஒரு பதவி கிடைத்தால் போதும் என அலைந்து திரியும் கூட்டங்கள் இருக்கின்றன. உயர் பதவிக்காக உயிரை விடுபவர்கள் மத்தியில் பதவி பற்றிய காமராஜர் 1941-ஆம் ஆண்டு சிறையில் இருந்தார். அதே நேரத்தில் விருதுநகர் நகராட்சி மன்றத் தலைவராகத் தேர்ந்தெடுக்கப்பட்டார். சிறையிலிருந்து விடுதலையான பின்பு ஒரே, ஒரு நாள் மட்டும் நகர் மன்றத் தலைவராக இருந்து பின்னர் தனதுப் பதவியை இராஜினாமா செய்தார். இராஜினாமா செய்த பின் "ஒரு பதவியை வகிப்பவர்கள் அந்தப் பதவியைச் சரியாகக் கவனித்துச் செயலாற்ற வேண்டும். அந்தப் பதவியைச் சரியாக கவனிக்க முடியாதவர்கள் அந்தப் பதவிக்குத் தகுதியற்றவர்கள் அல்லது அந்த பதவிக்கு வரக்கூடாது" எனக் கூறினார்.

அகங்காரம் அகற்றி அற வழியில் போராடுங்கள்:- பொதுவாக சிறப்பு நிலை வரும் போதுதான் அகங்காரம் என்னும் தலைக்கணம் மனிதர்களுக்கு வருவதுண்டு. அந்த அகங்காரத்தை நீக்க கடவுள் வழிபாடுதான் சிறந்த வழி என்பதை இளம் வயதிலேயே புரிந்து கொள்வது நல்லது. 1930-ஆம் ஆண்டு உப்பு சத்தியாக்கிரகத்தில் காமராஜர் ஈடுபட்டார் அதனால், 2 ஆண்டு சிறைத் தண்டனை பெற்றார். காந்தி - இர்வின் ஒப்பந்தத்தால் தண்டனைக் காலத்திற்கு முன்பே அவர் விடுதலை பெற்றார் அப்போது காமராஜருக்குச் சிறப்பான வரவேற்பு கொடுக்கப்பட்டது. அந்த வரவேற்பு நிகழ்ச்சியில் காமராஜர் பேசினார்: "உங்கள் நண்பனான எனக்கு நீங்கள் சிறப்பான வரவேற்பைத் தந்தீர்கள். உங்களது அன்புக்கு மிக்க நன்றி! நீங்கள் அனைவரும் எனக்காகப் பிராத்தனை செய்ய வேண்டும். நீங்கள் அளித்த இந்த வரவேற்பினால் எனக்குத் தலைக்கணம் வந்து விடக்கூடாது என நீங்கள் எனக்காகப் பிராத்தனை செய்யுங்கள்" என வேண்டினார் காமராஜர்.

உரிமைகளுக்காகப் போராடும்போது அறவழியில் போராடுவதே சிறந்தது என்பது பெருந்தலைவர் காமராஜரின் சிந்தனை ஆகும். 1973-ஆம் ஆண்டு விலைவாசி உயர்வு மதுவிலக்கு அமல்படுத்தல் விவசாயிகள் பிரச்சினை போன்ற பிரச்சினைகளுக்காக ஐந்தம்சக் கோரிக்கைகளை வலியுறுத்தி சைதாப் பேட்டையில் கூட்டம் நடந்தது. அப்போது பேசிய காமராஜர் நாம் உரிமைகளுக்காகப் போராடும்போது காந்திய வழியில் நின்று போராட வேண்டும். இதனைத்தான் சத்தியாக்கிரகம் என்பார்கள். இந்தச் சத்தியாக்கிரகத்தில் வன்முறை கிடையாது பலாத்காரம் இருக்கவே இருக்காது. எனவே, நமது தொண்டர்கள் அமைதியோடு அறவழியில் போராட்டத்தில் கலந்து கொள்ள வேண்டும், என்றார். "அமைதியுடன் கூடிய அறவழியே சிறந்தவழி என்பது பெருந்தலைவரின் அருந்தவ வாக்கு".

சட்டத்தை மதித்திடுங்கள்:- முதலமைச்சராகப் பெருந்தலைவர் காமராஜர் பதவியில் இருந்த நேரம் ஒருநாள் இரவுக் கூட்டத்தில் கலந்து கொண்டு தனது வீட்டுக்குத் திரும்பினார். சென்னையில் ஒரு வழிப் பாதை ஒன்றில் கார் சென்று கொண்டிருந்தது. அந்த வழியில் கார் செல்ல அனுமதி இல்லை. எனவே காமராஜர் காரை உடனே நிறுத்தச் சொன்னார். "ஏன் கார் செல்ல அனுமதியில்லாத பாதையில் செல்கிறாய்? காரைத் திருப்பு" என டிரைவரிடம் கண்டிப்புடன் சொன்னார். "ஐயா இந்த ராத்திரி நேரத்தில் போக்குவரத்து ரொம்ப குறைவாகத்தான் இருக்குது. இந்தப்

பாதை வழியே போனால் சீக்கிரம் வீட்டுக்குப் போய்விடலாம்." என்றார் டிரைவர். "இரவு நேரமென்றால் எப்படி வேண்டு மானாலும் போகலாமா? கூட்டம் இல்லை என்று இப்போது போனால் இது எப்போதும் பழக்கமாகி விடும். சட்டத்தை இயற்றும் நாமே சட்டத்தைப் பின்பற்றவில்லையென்றால் மற்றவர்கள் சட்டத்தை எப்படி கடைபிடிப்பார்கள் முதலமைச்சர் என்றால் எப்படியும் போகலாமா?" என டிரைவரிடம் கூறிவிட்டு ஒழுங்கான பாதையில் செல்லுமாறு கட்டளையிட்டார். "சட்டம் இருந்தால் அதனை யாராக இருந்தாலும் மதித்து நடக்க வேண்டும்" என்பது காமராஜரின் எண்ணமாகும்.

ஒற்றுமையோடு வாழுங்கள்:- கருத்து வேறுபாட்டினால் ஒருவருக்கொருவர் சண்டை போடுவது நல்லதல்ல. ஒற்றுமையுடன் வாழ்வதே சிறந்தது. முன்னேற விரும்புகிறவர்கள் ஒற்றுமையுடன் வாழ வேண்டும் என்பதை வலியுறுத்தினார் காமராஜர். 1960-ஆம் ஆண்டு வேலூரில் நடைபெற்ற தமிழ்நாடு காங்கிரஸ் கமிட்டிக் கூட்டத்தில் பேசிய காமராஜர் "குறுகிய உணர்ச்சிகளில் மனதைப் பறி கொடுத்துச் சண்டை போடக்கூடாது. இருப்பவர்கள் வேண்டுமானால் தாராளமாகச் சண்டை போடட்டும் பணக்காரர்களுக்கு வேறு வேலையில்லையென்றால் அவர்கள் சண்டையிட்டுக் கொள்ளட்டும் எங்களை விட்டு விடுங்கள். நாங்கள் எல்லோரும் ஒரே இனம் அதாவது பட்டினிப் பட்டாளம். எங்களைச் சண்டைக்குக் கூப்பிடாதீர்கள். வடக்கிலிருந்தாலும், தெற்கிலிருந்தாலும்; தமிழன் என்றாலும் வங்காளி என்றாலும் ஏழைகள் எல்லோரும் ஒரே இனம்தான். நமக்குச் சண்டைப் போட நேரமில்லை. நாம் முன்னேற விரும்புகிறோம்" எனக் குறிப்பிட்டார். ஒற்றுமையே முன்னேற்றத்திற்கு அசைக்க முடியாத நம்பிக்கை அடித்தளம் என்பது காமராஜரின் வாக்கு. மாணவ உள்ளங்கள் இளம் வயதிலேயே சீரான வாழ்க்கையை அமைத்துக் கொள்வதில் நம்பிக்கை கொண்டிருந்தார் காமராஜர். கும்பகோணத்தில் நடைபெற்ற தஞ்சாவூர் மாவட்ட மாணவர் காங்கிரஸ் மாநாட்டில் உரையாற்றும் போது மாணவப் பருவம் மிகவும் துடிப்புள்ள பருவம் கொள்கையின் மேலுள்ள பிடிப்பு வாழ்க்கை தொல்லைகளை ஏற்கும் போது தளர்ந்து விடுகிறது. மாணவ இளைஞர்கள் ஒற்றுமை உணர்ச்சியுடன் சீரிய முறையில் தங்கள் வாழ்க்கைப் பாதையை அமைத்துக் கொள்ள வேண்டும். மாணவர்கள் ஓய்வு நேரத்தில் ஏழைகளுக்கு உதவுவதில் செலவழிக்க வேண்டுமென்று கேட்டுக் கொள்கிறேன்." என்றார்.

உழைப்புக்கு ஏற்ற கூலி கேளுங்கள்:- காமராஜர் ஒரு கூட்டத்தில் கலந்து கொண்டு பேச இருந்த நேரத்தில் கூட்டத்தில் இருந்து சிலர் "உழுபவனுக்கே நிலம் சொந்தம்" என ஓங்கி குரல் கொடுத்தார்கள். அவர்களை அமைதியாக இருக்கும்படி சைகை காட்டினார் காமராஜர். பின்னர் பேசும் போது, "நீங்களெல்லாம் குரல் எழுப்புவது போல எல்லோரும் கேட்க ஆரம்பித்தால் நூற்றுக்குத் தொண்ணூறு சதவீத மக்கள் பட்டினியால் கிடக்க வேண்டிய நிலை உருவாகிவிடும்" என்றார். கூட்டம் அமைதியானது. எல்லோரும் காமராஜர் என்ன சொல்லப்போகிறார்? என ஆர்வத்துடன் இருந்தனர். "உழுபவனுக்கு நிலம் சொந்தம்" என நாம் சொல்கிறோம். நெற்கதிரை அறுப்பதற்குச் செல்லும் தொழிலாளர்கள் கதிர் அறுப்பவர்களுக்கே நெல் சொந்தம் என்று சொல்லி நெற்கதிர்களை எடுத்து அவர்கள் வீட்டிற்கு எடுத்துச் சென்று விட்டால் கஷ்டப்பட்டு உழைத்த தொழிலாளர்களின் நிலை என்ன ஆகும்? பின்னர் நெல்லை அரிசியாக ஆக்குவதற்கு அரிசி ஆலைக்கு கொண்டு போகிறோம். அங்கு நெல்லை அரைத்துக் கொடுத்தவர் "தனக்கே அரிசி சொந்தம்" என்று சொல்லி விட்டால் நெல் உரிமையாளர் நிலை என்ன ஆகும்? வெறும் கையோடுதானே திரும்ப வேண்டிய நிலை வரும். கடைசியில் வீட்டில் சோறு சமைக்கும் பெண் "சமைப்பவருக்கே சோறு சொந்தம்" என்று சொல்லி விட்டால் எல்லோர் நிலையும் என்ன ஆகும்? பட்டினி தானே? இந்த நிலை நாட்டில் ஏற்படக்கூடாது. உழைக்கும் ஒவ்வொருவரும் தங்கள் "உழைப்புக்கு ஏற்றவாறு கூலி கேட்க வேண்டும்" என்பது தான் நல்லது என எளிமையாக விளக்கம் தந்தார் காமராஜர். இந்தச் சம்பவம் காமராஜர் முதலமைச்சராக இருந்தபோது சிவகிரியில் நடந்தது ஆகும். உழைப்புக்கு ஏற்ற கூலி கேட்பதே சிறந்தது." என்பது காமராஜரின் கருத்து ஆகும்.

ஒரு முறை காமராஜரிடம் ஒரு தொண்டர் ஓடோடி வந்தார். எதிர்க் கட்சிக்காரர்கள் உங்களைப் பற்றியும் நம் கட்சியிலுள்ள ஏற்ற தலைவர்களைப் பற்றியும் தரக்குறைவாகக் கூட்டத்தில் பேசி விட்டார்கள் என்று கூறி, அவர்கள் பேசிய வார்த்தைகளையும் அப்படியே கூறினார். "அவர்கள் தரம் அவ்வளவுதான் அதை நீங்கள் பெரிதுபடுத்த வேண்டாம்." விட்டு விடுங்கள் என்றார். காமராஜர் பிறர் சொன்ன குறைகளை பெரிதுபடுத்தி நம் தரத்தை தாமே குறைத்துக் கொள்ளக்கூடாது என்பது காமராஜரின் நல்லெண்ணமாகும்.

லஞ்சம் வாங்காதீர்:-

ஒரு முறை பெருந்தலைவர் 'காமராஜரும்', எழுத்தாளர் சாவியும் ஊட்டியில் சந்தித்தார்கள். முதலமைச்சராக இருந்த காமராஜர் எழுத்தாளர் சாவியை அருகில் அழைத்து ஊட்டி ஏரியைச் சுற்றுலாப் பயணிகள் வந்து தங்கும் வகையில் அழகு படுத்தணும். அதற்கு என்ன செய்ய வேண்டும் என எழுத்தாளர் சாவி கேட்டார். வாருங்கள் படகில் போய் வருவோம் என்றார். படகு சவாரி செய்யும் போதே, "ஊட்டினா, அது பணக்காரர்களுக்கு மட்டும் உரிய இடம் என்ற நிலை இருக்கக் கூடாது. அந்த ஏழைகளும் அனுபவிக்க வேண்டும். இந்த ஏரியைச் சுற்றி நிறைய மரங்கள் உள்ளன. இந்த மரங்களுக்கு நடுவே சின்ன காட்டேஜ்கள் கட்டி குறைந்த வாடகைக்குக் கொடுக்க வேண்டும். சமையலுக்குப் பாத்திரங்கள் கூட அரசாங்கமே கொடுத்திடனும். வாடகையாக பத்து ரூபாய்க்கு மேல் வசூலிக்கக் கூடாது. ஆனால் படுபாவிங்க இங்கே மரத்தைக் கூட வெட்டி விடுகிறார்கள். மரத்தை வெட்டக்கூடாது என்று சட்டம் இருக்கிறது. சட்டம் இருந்து என்ன பலன்? கலெக்டரை கூப்பிட்டு நல்ல சாப்பாடு போட்டு விட்டால் போதும் வெட்டிக்கொள்ளுங்கள் எனச் சொல்லி விடுவார்கள்" என்று மிகவும் வருத்தத்தோடு காமராஜர் சொல்லிக்கொண்டே போனார். படகு போய்க் கொண்டே இருந்தது. சிறிது நேரத்தில், "அதோ அங்கே பாருங்கள் இப்போதுதானே இதைப் பற்றிச் சொன்னேன்" என்றார். காமராஜர் அங்கே பார்த்தார். ஒரு பெரிய மரம் வெட்டப்பட்டு சாய்ந்து கிடந்தது. கலெக்டருக்கு நல்ல சாப்பாடு கிடைத்து விட்டதாக நினைத்தாராம் எழுத்தாளர் சாவி. அரசு பணியில் இருப்பவர்கள் லஞ்சம் வாங்கி விட்டு தகாத செயல்களுக்கு துணைபோகக்கூடாது, என்பது காமராஜரின் கொள்கையாகும்.

ஏழைகளுக்கு உதவுங்கள்:-

முதலமைச்சராக இருந்தபொழுது பெருந்தலைவர் காமராஜர் சுற்றுப் பயணம் செய்து கொண்டிருந்தார். அப்போது அவருக்கு நிறைய ஊர்களில் கதர் துண்டுகள் போர்த்தி மரியாதை செய்தார்கள். நிறைய துண்டுகள் போர்த்தப்பட்டதைக் கவனித்து ஒரு தீவிர தொண்டர் "இவ்வளவு துண்டுகளையும் வைத்து காமராஜர் என்ன செய்வார்? நம்மைப் போன்ற தொண்டர்களுக்குத் தானே கொடுக்கப்போகிறார்" என்று எண்ணி ஒரு பெரிய துண்டை எடுத்து தனக்கு வைத்துக்கொண்டார்.

கூட்டம் முடிந்து தங்கும் இடத்திற்கு வந்ததும் அந்தத் தொண்டரைக் காமராஜர் அழைத்து "ஒரு துண்டை நீ எடுத்து வைத்திருக்கிறாய் அல்லவா? அதை அந்த மூட்டையில் சேர்த்துவிடு" என்றார். அந்தத் தொண்டர் அதிர்ந்து திகைத்து விட்டார். ஒரு சாதாரணத் துண்டை எடுத்ததற்கு தலைவர் இவ்வளவு தூரம் நினைவு வைத்து, தலைவர் கேட்டுவிட்டாரே என மனம் வருந்தினார். "தம்பி உனக்கு நான் வேறு நல்ல துண்டு வாங்கித் தருகிறேன். ஆனால் இந்த துண்டை நாம தொடக்கூடாது. ஏனென்றால் இதெல்லாம் சென்னையில் உள்ள "பாலமந்திர்" என்ற ஏழைப் பிள்ளைகள் படிக்கும் பள்ளிக்குக் கொடுக்கக் கூடியதாகும். ஏழைகளுக்கு உதவுவதற்காகவே இந்த ஏற்பாடு!" என்றார் காமராஜர். "ஏழைகளுக்கு உதவிடுங்கள்" என்ற கருத்தை இவ்வாறு அழகாக விளக்கினார் காமராஜர்.

ஒரு முறை கவிஞர் எஸ்.டி. சுதந்திரம் காமராஜரிடம் வந்து ஒரு கோரிக்கை வைத்தார். இதுவரை நாம் செய்த இலவசக் கல்வி, இலவச உணவு, இலவசச் சீருடைப் போன்ற தொண்டுகளை ஒரு செய்திப் படம் எடுத்து மக்களுக்கு விளக்கினால் அதனை மக்கள் எளிதில் புரிந்து கொள்வார்கள். திரைப்படமாக சாதனைகளை விளக்க இந்த டாக்கு மென்ட்ரி வசதியாக இருக்கும் என்றார். இதைக் கேட்ட காமராஜர், "நாம் மக்களுக்கு ஆற்ற வேண்டிய கடமைகளைத் தான் செய்துள்ளோம். இதை ஏன் நாம் படம் பிடித்துக் காட்டி விளம்பரம் செய்ய வேண்டும்? சரி... இந்தப் படம் தயாரிக்க எவ்வளவு செலவாகும்?" எனக்கேட்டார். "அய்யா சுமார் மூன்று லட்சம் வரை செலவாகும்" என்றார். "மூன்று லட்சம் இருந்தால் நான் மூன்று பள்ளிகளைத் திறந்து மாணவர்களைப் படிக்க வைப்பேன்." என்றார் பெருந்தலைவர் காமராஜர். "செய்த சேவைகளைப் பெரிதாகச் சொல்லி விளம்பரப்படுத்துவது நல்லதல்ல" என்பது காமராஜரின் எண்ணமாகும்.

வீண் செலவுகள் செய்யாதீர்கள்:-

காமராஜர் மீது பற்றுக்கொண்ட ஒரு தொண்டர் ஒரு முறை காமராஜரிடம் வந்தார். "அய்யா, நீங்கள் எங்கள் வீட்டுத் திருமணத்திற்குக் கண்டிப்பாக வரவேண்டும்" என அன்போடு அழைத்தார். தன்னால் வரமுடியாது என மறுத்து விட்டார். ஏற்கெனவே பெருந்தலைவர் தனது வீட்டுக் கல்யாண நிகழ்ச்சிக்கு நிச்சயம் வருவார் என மற்றவர்களிடம் சொல்லிப் பெருமைப்பட்டு அழைப்பிதழ்களும் கொடுத்துவிட்ட தொண்டருக்கு அதிர்ச்சியாக இருந்தது. மனம் தளர்ந்து போனார் தொண்டர். ஊருக்கு

வந்ததும் நெருங்கியவர்கள் கூட, "உங்க வீட்டுக்கெல்லாம் காமராஜர் வருவாரா?" எனக் கிண்டலடித்தார்கள்; நொந்து போனார் தொண்டர். திருமண நாளில் தாலி கட்டும் நேரத்தில் திடீரென ஒரு கார் வந்தது. பெருந்தலைவர் காமராஜர் அந்தக் காரில் இருந்து இறங்கினார். அனைவரும் அதிர்ச்சியில் உறைந்து போனார்கள். "நீங்கள் வருவது முன் கூட்டியே தெரிந்திருந்தால் பெரிய வரவேற்புக்கு ஏற்பாடு செய்திருப்பேன். இப்படி திடீரென வந்து விட்டீர்களே!" என்று தொண்டர் பதற்றத்துடன் கூறினார். வேண்டுமென்றுதான் நான் முன் கூட்டியே சொல்லாமல் இருந்தேன். நான் உங்கள் வீட்டுக் கல்யாணத்தில் கலந்து கொள்கிறேன். நான் வருவது தெரிந்திருந்தால் என்னை வரவேற்கவே மிக அதிகமாய் செலவு செய்திருப்பீர்கள். என்னோடு நிறைய தொண்டர்கள் வந்து விடுவார்கள். அவர்களுக்கும் நீங்கள் சாப்பாட்டுக்காக அதிகம் செலவுச் செய்ய வேண்டியிருக்கும் இதை தவிர்க்கவே இந்தத் திடீர் விஜயம்!" என்றார் காமராஜர். வீண் செலவுகளைத் தவிர்க்க வேண்டும் என்பது காமராஜரின் கனிவான சிந்தனைகளுள் ஒன்றாகும். வாழ்பவர்களுக்கு வழிகாட்டும் காமராஜர் வாழ்க்கை முறையை அவரது வாழ்க்கைச் சம்பவங்கள் வாயிலாகவும் சிந்தனைகள் வாயிலாகவும் அறியலாம். இனி அவர் வழி நடப்பது நமது கடமை. நடந்தால் நாடும் நலம் பெறும்; நாமும் நலம் பெறுவோம்.

❋❋❋

8. காமராஜரின் K. பிளான்

காங்கிரஸ் கட்சிக்கு மிகப்பெரிய சரிவு ஏற்படத் தொடங்கிய காலக்கட்டமது. 1963-இல் பாரதப் பிரதமரான நேருஜியின் சொந்த மாநிலமான குஜராத்திலும் காங்கிரஸ் அடைந்த தோல்வி நாட்டின் அனைத்து மாநிலங்களிலும் எதிரொலிக்கத் தொடங்கியது. காங்கிரஸ் கட்சியின் ஸ்திரத்தன்மை மெள்ள ஆட்டம் காணத் துவங்கியது. இவற்றுக்குக் காரணமாக அதிகார போதை, கோஷ்டி மனப்பான்மை, கட்சிக்குள் குடுமிப் பிடி சண்டை போன்றவை காங்கிரஸ் கட்சியை அகல பாதாளத்திற்குத் தள்ளிக் கொண்டிருந்தன. ஆனால் பெருந்தலைவர் காமராஜரின் சிந்தனை முழுவதும் காங்கிரஸைச் சுற்றியே இருந்தது. இந்நிலையில் கட்சிக்கு ஏற்பட்ட சரிவை நிறுத்த ஹைதராபாத் நகரில் பிரதமர் நேருவை சந்தித்து திட்டம் ஒன்றைக் கூறி விளக்கினார். அத்திட்டத்தின் படி கட்சியில் முதல் மந்திரி போன்ற பதவியிலிருப்பவர்கள் இராஜினாமா செய்துவிட்டு கட்சிப் பணிக்குத் திரும்பிட வேண்டும். அவ்வாறு திரும்புவோர் கட்சியைப் பலப்படுத்த தேவையான முயற்சிகளை மேற்கொள்ள வேண்டும். இது மற்றவர்களுக்கு ஒரு முன்னுதாரணமாக அமையும். இதற்கு முதற்கட்டமாகத் தானே முதல் மந்திரி பதவியிலிருந்து விலக இருப்பதாகவும் காமராஜ் நேருவிடம் விளக்கினார். கட்சிக்கு ஏற்பட்ட நிலையை எண்ணி மனச்சோர்வுற்று இருந்த நேருவுக்கு காமராஜின் திட்டம் புதுத் தெம்பை அளித்தது. அத்திட்டத்தைப் பாராட்டிய நேருஜி காமராஜின் பெயரில் (காமராஜ் திட்டம்) K. PLAN என்றும் பெயரிட்டார். பின்னர் நேருஜியின் அழைப்பின் பேரில் காமராஜர் டெல்லிக்குச் சென்றார். 1963-இல் ஆகஸ்ட் 9-ஆம் நாள் கூடிய காங்கிரஸ் கூட்டத்தில் K பிளான் பற்றி விவாதிக்கப் பட்டது. அதன்படி மூத்த முதல் மந்திரிகள் மற்றும் மந்திரிகள்

இராஜினாமா செய்ய வேண்டும். யார் யாருடைய இராஜினா மாக்களை நேருஜி ஏற்றுக் கொள்கிறாரோ; அவர்கள் அனைவரும் கட்சிப் பணிக்குத் திரும்ப வேண்டும் என்று தன் திட்டத்தை காமராஜ் அக்கூட்டத்தில் விளக்கினார். அவரது திட்டம் ஒருமனதாக ஏற்றுக்கொள்ளப்பட்டது. அப்போது நேருஜி தானும் பிரதமர் பதவியிலிருந்து விலகி கட்சிப் பணியாற்றப் போவதாகக் கூறிய போது காமராஜ் மிகவும் மனம் நொந்தார். பின் நேருவிடம் அவர் பிரதமராக நீடித்திருக்க வேண்டிய அவசியத்தை எடுத்துக் கூறியதுடன் மீறி இராஜினாமா செய்யப் போவதாக இருந்தால் தனது K பிளான் திட்டத்தையே கைவிட்டு விடுவதாகவும் காமராஜ் வருத்தத்துடன் தெரிவித்தார். காமராஜின் கூற்றைக் காரியக் கமிட்டி அங்கீகரித்தது. அதன் பின்தான் நேரு தனது எண்ணத்தைக் கைவிட்டார். K-பிளான்படி இராஜினாமா செய்தவர்களில் முக்கியமானவர்கள் காமராஜ், பட்நாயக், பக்ஷிகுலாம் முகமது, சி.பி. குப்தா, பி.ஏ மண்டலமாய், மொரார்ஜி தேசாய், லால்பகதூர் சாஸ்திரி, எஸ்.கே படேல், ஜெக ஜீவன்ராம், பி. கோபால் ரெட்டி, கே.எல் மாலி போன்றோர்கள் ஆவர். இது போன்று முதல் மந்திரிகளும் பிற மத்திய மாநில மந்திரிகளும் தாங்களாகவே முன்வந்து பதவி விலகிய சம்பவம் உலகின் வேறெந்த மூலையிலும் நடைபெறவே இல்லை. உலக நாடுகள் அனைத்தும் இந்நிகழ்வையும் அதற்குக் காரணமான காமராஜரையும் வியப்போடு பார்த்தன. அன்றைய வருடம் அக்டோபர் 2ஆம் நாளான மகாத்மா காந்தி நாளன்றுதான் வகித்துத் தந்த முதன் மந்திரி பதவியைக் காமராஜ் இராஜினாமா செய்தார். 1954-இல் அவர் கட்சிப் பொறுப்பை ஏற்ற போது தமிழகத்தின் ஆண்டு வருமானம் நாற்பத்து மூன்று கோடியாக இருந்தது, அவர் 1963-இல் பதவி விலகிய போது அதுவே நூற்று முப்பத்து நான்கு கேடியாக உயர்ந்திருந்தது.

இப்படி நாட்டுக்கு திட்டங்கள் பலவற்றையும். அதுவும் பயனளிக்கும் திட்டங்களை உருவாக்கி ஏழை மக்களின் வாழ்க்கையை மேம்படச் செய்த பெருந்தலைவர் காமராஜ். அரசு நிர்வாகங்களில் வீண் செலவுகள் பலவற்றை தான் மட்டுமல்லாது தன் மந்திரி சகாக்களையும் தவிர்த்திடுமாறு செய்து தமிழ் நாட்டின் வருமானத்தைப் பெருகச் செய்த உத்தமர் அவர். ஆயிரம் திருக்கோவில்கள் கட்டி வைப்பதை விட பள்ளிக்கூடம் ஒன்றை உருவாக்கி அதன் மூலம் ஏழை எளியோரது பிள்ளைகளின் அறிவுக் கண்களைத் திறந்த கல்விச் செம்மல் அவர். மொத்தத்தில் ஏழைப் பங்காளன் என்று வாயளவில் மட்டும் கூறாமல் உண்மையாகவே அவர்களுக்கு உற்ற சகோதரராக விளங்கிய

காமராஜின் ஆட்சிக் காலம் ஓர் பொற்காலம் என்றால் அது நூற்றுக்கு நூறு தகும். கே. பிளான் ஒரு புது வேகத்தையும் ஆர்வத்தையும் கொடுத்திருந்தது. கடைசியில் நேரு சொன்னார்: "கே. பிளான் காங்கிரசுக்குள்ளும் இந்த தேசத்திலும் ஒரு புரட்சியையே உண்டுபண்ணிவிட்டது." அகில இந்திய காங்கிரஸ் தலைவராக இருக்கும் தகுதி காமராஜருக்கு இருந்தது. அந்த கருத்து அனைவராலும் ஏற்றுக்கொள்ளப்பட்டது. இதற்கு முன் அக்டோபர் 9ஆம் தேதி டெல்லியில் நடந்த காங்கிரஸ் கட்சிக் கூட்டத்தில் நேருவின் விருப்பப்படி சேலம் விஜய ராகவாச்சாரி, சீனிவாச ஐயங்கார் ஆகியோருக்குப் பிறகு அகில இந்திய காங்கிரஸின் தலைவராக வந்த மூன்றாவது தமிழர் காமராஜர் தான் அந்தப் பெருமை இன்று வரை யாருக்கும் கிடைக்கவில்லை. இனி கிடைக்கும் என்றும் தோன்றவில்லை. ஒரு சில வினாடியில் அகில இந்திய காங்கிரஸ் தலைவராக காமராஜர் தேர்ந்தெடுக்கப் பட்டார்.

1964-இல் ஒரு வரலாற்றுச் சிறப்பு மிக்க மாநாடு ஓரிஸா தலைநகர் புவனேஸ்வரில் நடைபெற்றது. காமராஜர் ஒரு பிரத்யேக இரயிலில் மாநாட்டுக்குச் சென்றார். ஜனவரி 5-ஆம் தேதி இரயில் புவனேஸ்வரை அடைந்தது. சென்னையிலிருந்து 900-மைல் தூரப் பயண வழி எங்கும் மாலைகள் கோஷங்களுடன் மக்கள் ஒவ்வொரு ஸ்டேஷனிலும் காமராஜருக்கு கௌரவம் செய்தனர். வழியில் ஆங்காங்கு இரயிலை நிறுத்தி காமராஜர் சிற்றுரையை ஆற்றினார். அவருடைய தமிழ் உரைகள் தெலுங்கில் மொழிபெயர்க்கப்பட்டன. சுதந்திரமடைந்து 17-ஆண்டுகளாகியும் ஏழைகள் ஏழைகளாகவும், பணக்காரர்கள் மேலும் பணக்காரர் களாகவும் இருப்பதன் காரணம் சோஷலிசம் சரியாகப் பின்பற்றப் படாததுதான். அதற்கான பயற்சிகளை புவனேஸ்வர் மாநாடு நடத்தும். எல்லாருக்கும் எல்லாம் கிடைக்கப் பாடுபடு என்ற ரீதியில் அவருடைய பேச்சு இருந்தது. டிபன் லஞ்ச் பழங்கள் என தொண்டர்களின் கவனிப்பு வழி நெடுகிலும் பலமாக இருந்தது. காமராஜருக்கு இந்தியா முழுவதும் இருந்த மரியாதையை அது வெளிக்காட்டியது.

புவனேஸ்வரில் சென்று சேர்ந்த போது ஓரிஸாவின் முன்னாள் முதலமைச்சர் பட்நாயக், முதலமைச்சர் மித்ரா, லால் பகதூர் சாஸ்திரி போன்றோர் காமராஜரை வரவேற்றனர். அறுபத்து எட்டாவது மாநாடு என்பதைக் குறிக்கும் வகையில் 68 குண்டுகள் வான் நோக்கி முழங்கின. லட்சக்கணக்கான மக்கள் கூடியிருந்தனர்.

காமராஜரும் மற்ற தலைவர்களும் ஊர்வலமாக அழைத்துச் செல்லப்பட்டனர். ஊர்வலத்துக்கு முன் ஒரிஸாவின் பாரம்பரிய நடனம் நிகழ்த்தப்பட்டது. சுதந்திரத்துக்குப் பிறகு நடந்த எந்த காங்கிரஸ் மாநாட்டுக்கும் அந்த அளவு கூட்டம் வந்ததில்லை. ஜனவரி 9-ஆம் தேதி காமராஜர் தனது வரலாற்றுச் சிறப்பு மிக்க உரையை நிகழ்த்தினார். மனித சாம்ராஜ்யத்தைத் தீர்மானிக்க 2500 ஆண்டுகளுக்கு முன்பு கலிங்கப் போரில் சக்கரவர்த்தி அசோகர் சண்டையிட்ட மண்ணில் காந்திய வழியில், சமாதானத்தை விதைக்க காமராஜர் பேசிக் கொண்டிருந்தார். இரண்டு லட்சம் பேராவது அவருடைய உரையைக் கேட்டார்கள். உடம்பு முடியாமல் இருந்த நேருவால் இக்கூட்டத்திற்கு வர முடியவில்லை எளிமை, சேவை, இவற்றின் முலம் ஒரு புதிய இந்தியாவை காந்திய வழியில் உருவாக்குவோம் என்பதே காமராஜரின் பேச்சின் சாராம்சமாக இருந்தது. அகில இந்திய காங்கிரஸ் தலைவரானப் பிறகு காமராஜர் பஞ்சாப், நேபால், ஒரிஸா, உத்திரப் பிரதேசம், ஆந்திரா, மைசூர், என்று இந்தியா முழுவதும் சுற்றுப்பயணம் செய்தார். பதினெட்டு நாட்களில் 300 இடங்களுக்கு அவர் சென்றார். கிட்டத்தட்ட ஒரு கோடி மக்களைச் சந்தித்துப் பேசியிருக்கிறார். இப்படி பயணத்திலிருக்கும் போதுதான் நேருவுக்கு சீரியசாக இருக்கும் தந்தி காமராஜருக்கு வந்தது. உடனே டெல்லி கிளம்பினார். ஆனால் பறந்து கொண்டிருக்கும் போதே நேரு மறைந்து விட்டார், என்ற செய்தி கிடைத்தது. காமராஜர் தன் வாழ்நாளில் இரண்டாவது முறையாக கண்ணீர் சிந்தினார். நேருவின் ஈமச் சடங்குகள் எல்லாம் முடிந்துவிட்டன. அடுத்த பிரதமர் யார்? என்ற கேள்வி எழுகிறது இடைக்காலப் பிரதமராக குல்சாரிலால் நந்தா இருந்தார். இந்தியாவில் இராணுவ ஆட்சி வந்து விடும் என்று வெளிநாட்டுப் பத்திரிகையாளர்களும் அரசியல் மேதைகளும் ஜோஸியம் சொல்ல ஆரம்பித்தார்கள். குழப்பமும் நாற்காலிக்கான போட்டியும் காங்கிரஸையும் நாட்டையும் அந்த நிலைக்கு தள்ளி விட்டன. இந்தியாவில் இருந்த சீனியர் அரசியல் தலைவர்கள் கூட அப்படித்தான் நினைத்தனர். ஆனால் அனைவரின் ஆருடத்தையும் பொய்யாக்கும் விதமாக நேரு மறைந்த ஆறு நாட்களுக்குள் ஒரு அமைதியான தீர்வுக்குக் காங்கிரஸ் வழி கோலியது. அதில் காமராஜர் ஆற்றிய பங்கை கண்டு இந்த உலகின் கவனம் அவர்மீது திரும்பியது. உலகின் எல்லாப் பத்திரிகையின் முதல் பக்கத்திலும் காமராஜ் என்ற பெயரே இருந்தது. எல்லா அரசியல் தலைவர்களும் ஒருங்கிணைந்து அடுத்த பிரதமர் இவர்தான் என்று ஒப்புக்கொள்ள வைத்தனர். இந்தியத் திருநாட்டின்

தலைவிதியை நிர்ணயிருக்கின்ற பொறுப்பு காமராஜரிடம் ஒப்படைக்கப்பட்டது. பெரும்பான்மையான உறுப்பினர்கள் லால் பகதூர் சாஸ்திரியையே விரும்பினர். காமராஜரின் தனிப்பட்ட விருப்பமும் அதுதான். இந்தியாவின் முதல் பிரதமரை மகாத்மா காந்தி கொடுத்தார். இரண்டாவது பிரதமரை கறுப்புக் காந்தி கொடுத்தார். சாஸ்திரி கூறும்போது காமராஜர் தன் கூடப் பிறக்காத சகோதரர் என்றும் தன் வழிகாட்டி என்றும் அவர் மூலமாகவே இந்திய நாட்டை தான் ஆளுவதாகவும் கூறினார்.

1965-ஆம் ஆண்டு நாடு முழுவதும் உணவுப் பிரச்சினை ஏற்பட்டது. தெற்கில் மொழி பிரச்சினை பருவ மழை பொய்க்கததால் பயிர்கள் காய்ந்தன. நிலங்கள் வறண்டும், பஞ்சம் வறட்சி போதாதென புயல் வெள்ளம் என இயற்கைச் சீற்றங்கள் வேறு இலவச இணைப்பாக வந்து கொண்டிருந்தன. இந்தியா பாகிஸ்தான் பிரச்சினை வேறு எதிரெதிர் திசையில் வழக்கம் போல தீவிரமடைந்து கொண்டிருந்தது. உலகத் தலைவர்களின் அழைப்பின் பேரில் பாகிஸ்தான் அதிபர் அயூப்கான் சமாதானம் பேச 1965-டிசம்பரில் சாஸ்திரி தாஷ்கண்டுக்குச் செல்கிறார். வெற்றிகரமாக தாஷ்கண்டு ஒப்பந்தம் கையெழுத்தாகிறது. அமைதி ஒப்பந்தம் கையெழுத்தான அன்று இரவே சாஸ்திரியின் உயிரும் அமைதியில் ஆழ்ந்து விடுகிறது. நேரு இறந்த இரண்டு ஆண்டுகளுக்குள்ளே இரண்டாவது பிரதமரை தேர்வு செய்ய வேண்டிய சூழ்நிலை. சாஸ்திரி இறந்த பிறகு இந்திராவையே பிரதமராக்க விரும்புவதாக தொலைபேசியில் கூறினார் காமராஜர். அதற்கு இந்திரா "இம்முறை நான் பிரதமராக விரும்பவில்லை" என்றாராம். அதற்கு "நீங்கள் விரும்பும் போது நாங்கள் எல்லாம் இருக்க மாட்டோம் எனவே இப்போது நீங்கள்தான் ஏற்றுக் கொள்ள வேண்டும்" என்று சொல்லியிருக்கிறார். "அப்படியானால் தங்களைச் சந்திக்க இதோ புறப்படுகிறேன்" என்றாராம் இந்திரா. உடனே காமராஜர், "நீங்கள் இப்போது வரவேண்டாம். நான் அழைக்கும் போது வரலாம்" என தொலைபேசியை வைத்து விட்டார்.

உலகிலேயே மிகப்பெரிய ஜனநாயக நாட்டில் ஒரு பிரதமர் தேர்வு தொலைபேசி மூலம் ஒரு தனிமனிதரால் முடிவு செய்யப்பட்டது. முடிவு செய்யும் சக்தியை ஒரு படிக்காத மேதை-அசாதாரண ஆற்றல் கொண்ட ஒரு சாதாரண மனிதர் ஒரு தொண்டர் பெற்றிருந்தார் என்பது உலகம் கேட்டிராத செய்தி. சுதந்திரத்துக்குப் பிறகு பிரதமர் பதவிக்கு நடந்த முதல் போட்டி

அதுதான் இந்திராவின் பெயரை நந்தா முன்மொழிய சஞ்சீவா ரெட்டி வழி மொழிந்தார். மொரார்ஜிக்கு பெயரை ஹனுமந்தையா முன்மொழியப் பள்ளிவேல் வழி மொழிந்தார். இரகசிய வாக் கெடுப்பு இரண்டு மணி நேரம் நடந்தது. வாக்குகள் எண்ணப் பட்டன. இந்திராவுக்கு 355 வாக்குகளும் மெராஜிக்கு 169 வாக்குகளும் விழுந்திருந்தன. காமராஜரின் ஆற்றலையும் அவருடைய அரசியல் ஞானத்தையும் இந்தத் தேர்தலும் நிருபித்தது. இந்திய வரலாற்றில் இரண்டு பிரதமர்களை உருவாக்கிய பெருமை காமராஜரைத் தவிர வேறு யாருக்கும் கிடையாது. 1964-லிருந்து 1967-வரை அகில இந்திய காங்கிரஸ் தலைவராக இருந்திருக்கிறார் காமராஜர். நான்கு ஆண்டுகளில் இரண்டு பிரதமர்களை இந்தியாவுக்குத் தந்திருக்கிறார். கட்சியின் ஒற்றுமையை கட்டிக் காப்பாற்றியிருக்கிறார். ஒரு மனதாக முடிவு எடுப்பதில் வெற்றியும் கண்டிருக்கிறார். காமராஜர் விவாதமே செய்யமாட்டார். எதையும் எழுதி வைத்துக் கொள்வதும் இல்லை, ஆனால் மற்றவர்களை எடை போடுவதில் மன்னராக இருந்தார். அவருடைய தொடர்ந்த வெற்றிக்கு அது முக்கியக் காரணமாக இருந்தது. இவ்வாறு கிங்மேக்கராக செயல்பட்டார்.

❋❋❋

9. சமத்துவம் விரும்பிய மகத்தான தலைவர்

இந்த உலகில் நல்ல வழிகாட்டியாக இருந்த உத்தமர்கள் எல்லாம் அன்பினாலும் சமத்துவத்தினாலும் தான் அனைவரையும் தன் வழிக்குக் கொண்டு வந்தனர். அன்பும் சமத்துவமும் ஒருங்கே இருந்ததால் மக்கள் அவர்களிடம் மதிப்பும் மரியாதையும் வைத்து இருந்தனர். தன்னலம் கருதாத உத்தமர்கள் தன் ஊரில் மட்டுமல்ல, தன் மாவட்டத்தில் மட்டுமல்ல, தன் மாநிலத்தில், தம் தாய்நாட்டில் எல்லோரும் மகிழ்ச்சியாக வாழ வேண்டும் என்று நினைத்தவர்களாவர். அவர்களை இன்றும் நாடு நினைத்துப் பார்க்கிறது. ஆம்; நாம் மட்டும் பெருமையாக வாழ்ந்து விட முடியாது. முதலில் நம் தெரு நன்றாக இருக்க வேண்டும். பிறகு நம் நகர் நன்றாக இருக்க வேண்டும். பின் நகரின் மக்கள் நன்றாக இருக்க வேண்டும் என்ற உயரிய எண்ணம் படிப்படியாகப் பரந்த மனப்பான்மையாக இருந்தால் நாமும் சமூகமும் சிறப்பாக வாழ முடியும். நாம் ஒவ்வொருவரும், மற்றவர்களோடு சேர்ந்து ஒன்று பட்டு வாழப் பிறந்தவர்கள் தனித்துப் பிறந்தவர்கள் அல்ல. இதனை நன்கு உணர வேண்டும். யாரையும் சமுதாயத்தில் மதிக்காது துச்சமென நினைக்கின்றவர்களும் மற்றவர்களுடன் தொடர்பு கொண்டுதான் மேலான வாழ்க்கையை அடைய முடியும் என்பதையும் உணர வேண்டும். குறிப்பாக', மிகப்பெரிய பதவிகளில், பொறுப்புகளில் இருப்பவர்கள் மனித சமுதாயத்தை மதித்து அன்போடும், சமத்துவத்தோடும் நடந்து கொண்டால் தான் அவர்கள் வரலாற்றில் இடம்பெற முடியும். ஸ்வாமி விவேகானந்தர் அன்பு இல்லாத மனிதன் எவ்வளவு ஞானம் பெற்றிருந்தாலும் அந்த மனிதன் இறைவனிடம் சேர்ந்து விட முடியாது என்று குறிப்பிடுகிறார். அன்பின் வடிவமாகவே வாழ்ந்தவர் காந்திஜி அவர்கள். காந்திஜியின் அன்புக்கு முன்னால்

ஆங்கிலேயர்களின் அணுகுண்டு கூட ஒன்றும் செய்ய முடியாமல் போய்விட்டது. யாரிடமும் இல்லாத சக்தியை ஒரு சிலரிடம் இறைவன் அளிக்கும் அன்பளிப்பாகும். எத்தனை பேர்களைத் ஆண்டவன் படைத்தாலும் அதிலே ஒரு சிலரையே தேர்ந்தெடுப்பதோடு அவர்கள் மூலமும் ஒரு சில சாதனைகளைச் சாதித்து உலகத்திற்குப் பயன்படும்படி செய்து காட்டுகிறார். அந்த வகையில்தான் வடநாட்டுக்குக் காந்தியையும், தென்னாட்டுக் கர்ம வீரர் காமராஜரையும் தோற்றுவித்து பயனுள்ள பல காரியங்களை நாடு நலம் பெறும் வகையில் செய்தாரோ இறைவன் என்று நினைக்கத் தோன்றுகிறது. ஒவ்வொரு மனிதனும் தன்னை பெரிய மனிதனாய் உயர்த்திக் கொள்ள வேண்டும் என்று விரும்புவதில் தவறு இல்லை. ஆனால் பெரிய மனிதனாய் உயர்ந்த பிறகு மற்றவரையும் மதித்து சமத்துவத்தோடு வழி நடத்திச் சென்று பெருமையோடு வாழ வேண்டும். உயர்ந்த தேச அபிமானங்களின் எண்ணம், சொல், செயல் அனைத்தும் ஒன்றாக இருக்கும். அத்தகைய நிலையில் இருந்தவர்தான் கர்மவீரர், அரசியலில் இருப்பவருக்கு எந்தச் சூழ்நிலையிலும் அதிகாரவெறி இருக்கவே கூடாது என்று கருதியவர். அதிகார வர்க்கத்தில் இருப்பவர்கள் அடக்கத்தோடு நடந்து கொள்வது மட்டுமல்லாது ஆதிக்கம் செலுத்துவதும் கூடாது என்பதிலே கவனம் செலுத்தியவர்.

அப்படிக் காமராஜர் அரசியலில் மக்களிடம் அன்பு காட்டியதோடு எந்த அளவிற்கு சமத்துவமாக நடந்து கொண்டார், என்பதைக் கீழ்க்காணும் நிகழ்ச்சியில் தெரிந்து கொள்ளலாம்.

சென்னையில் தேனாம் பேட்டை காங்கிரஸ் மைதானத்தில் காவலர்களின் நூற்றாண்டு விழா கோலாகலமாக நடைபெற்றுக் கொண்டிருந்தது. விழா தொடங்குவதற்கு சில நிமிடங்கள் இருந்தன. விழா நடைபெறும் மைதானம் முழுவதும் மக்கள் கூட்டம் நிரம்பி வழிகிறது. இடம் கிடைக்காத மக்கள் அனைவரும் நெருக்கமாக அமர்ந்தும், நின்று கொண்டும் பெருந்தலைவர் காமராஜரின் வருகைக்காக காத்துக் கொண்டிருக்கிறார்கள். விழா நடைபெறும் மேடையின் முன் முக்கியஸ்தர்களுக்காகப் போடப்பட்ட நாற்காலிகள் போக மீதி இடம் முழுவதும் மக்கள் கூட்டம் நெருக்கமாக இருக்கின்றது. விழாவைத் துவக்கி வைக்க கர்மவீரர் காமராஜர் குறித்த நேரத்தில் வருகை தந்தார். நேராக மேடையை நோக்கிச் சென்று கொண்டிருந்தவர் ஒரு கணம் திரும்பி மக்கள் அமர்ந்திருக்கும் நிலையைக் கண்டு பின் கூட்டத்தின் கடைசியில் இடம் இல்லாமல் தவிக்கும் மக்களைப் பார்த்து, "முன்வரிசையில் சிறப்பு அழைப்பாளர்களுக்குப் போடப்பட்ட நாற்காலிகள் காலியாகவே இருக்கிறபோது

நீங்கள் ஏன் பின்னால் நின்று கொண்டு சிரமப்படனும்? முன்னாடி வாருங்களேன்." என்று அன்போடு அழைத்து விட்டுப் பின் மேடையேறி நிதானத்தோடு சென்று அமர்ந்து கொண்டார். பின்னால் நின்று கொண்டிருந்த மக்கள் முன்வரிசையில் அமர்ந்தவுடன் கர்மவீரர் விழாவைத் துவக்கி வைத்தார். இன்று மிகப்பெரிய பொறுப்பில் இருக்கும் சிலர் நடந்து கொள்ளும் பாங்கையும் காமராஜரின் சமத்துவ எண்ணத்தையும் ஒப்பிட்டுப் பார்த்தால் இனி எக் காலத்திலும் இவரைப் போன்ற தலைவரைக் காணமுடியுமா? என்பது கேள்விக் குறியாகவே உள்ளது. ஆனால் இன்று தலைவர்கள் மேடைக்கு சென்றவுடன் தமக்குத் தகுதியாக நாற்காலிகள் போடப்பட்டிருக்கின்றனவா? தமக்குரிய பாதுகாப்பு அளிக்கப்பட்டிருக்கிறதா? தம்மைப் பெருமைப்படுத்தி முக்கியத்துவம் கொடுக்கிறார்களா? என்று எதிர்பார்க்கிறார்கள். தாம் அமரும் நாற்காலிக்கும் சற்று இடைவெளிவிட்டு மற்றவர்கள் அமர வைத்து இருக்கிறார்களா? என்று பார்க்கிறார்கள். தான் அமர்வதற்கு முக்கியத்துவம் கொடுக்காமல் மக்கள் பின் வரிசையில் நின்று கொண்டு கஷ்டப்படுவதைப் பார்த்து அவர்களை முன் வரிசையில் அமரவைத்து பரந்த மனப்பான்மைக் கொண்ட பெருந்தலைவரைச் சிந்திக்கிறோம். மக்களிடம் சமத்துவம், சகோதரத்துவமும் காட்டிய கர்மவீரரை இனி என்று காண்போம்? காண முடியாதுதான்! ஆனால் அவர்கள் காட்டிய பாதையை நம்மால் ஏன் பின்பற்ற முடியாது என்பதை ஒவ்வொருவரும் சிந்திக்க ஆரம்பிப்போம். மீண்டும் பல கர்மவீரர்கள் நாட்டுக்குக் கிடைப்பார்கள். நாடும் வளமாக இருக்கும். கர்மவீரர் 1954-1963-ஆம் ஆண்டு வரை ஆட்சி செய்த ஒன்பது ஆண்டு காலம் ஒரு பொற்கால ஆட்சி ஆகும். தமிழக அரசியல் வரலாற்றில் அப்பழுக்கற்ற தலைவராக இருந்த சத்தியமூர்த்தி காட்டிய பாதையில் தன்னை அர்ப்பணித்த காமராஜர் முதலமைச்சராகப் பதவி ஏற்றார். பிறகு கோட்டையில் அமர்ந்தவுடன் நாட்டிலே உள்ள ஏழைக் குடிசைகளைக் கோபுரமாக உயர்த்த வேண்டும் என்ற எண்ணத்தை இதயத்திலே கோட்டை கட்டியதோடு மட்டுமல்லாமல் குடிசைகளைக் கோபுரமாக்கியவர் காமராஜர். ஆம் அதிகாரத்தை மட்டும் நம்புகின்ற அரசாங்கம் சரிந்து போகும்; பாடுபடும் அரசாங்கம் மட்டும் நிலைத்து நிற்கமுடியும், என்ற லட்சியத்தோடு ஆட்சி செய்ததால்தான் காமராஜர் ஆட்சிக்காலம் பொற்காலமாகத் திகழ்ந்தது. பதினெட்டாவது நூற்றாண்டை பழமைக்கும் புதுமைக்கும் நடந்த புரட்சி நூற்றாண்டு என்று வரலாற்று ஆசிரியர்கள் கூறுவார்கள். இதற்கு அடிப்படையாக இருந்த வால்டேரும் ரூசோவும்

பிரான்ஸ் நாட்டிலே பிறந்தவர்கள் ஆவார்கள். பழமையைக் அழிக்க குரல் கொடுத்தவர் வால்டேர், புதுமையைப் புதுப்பிக்கப் பிறந்தவர் ரூசோ, ரூசோவின் எண்ணத்திலே மலர்ந்த சுதந்திரம் சமத்துவம் என்ற லட்சியங்களின் விரிவுதான் அவருடைய சமூக ஒப்பந்தம் என்ற நூலாகும். இவர் போட்ட வித்து தான் பிற்காலத்தில் அமெரிக்காவில் புரட்சி. மற்றொன்று பிரெஞ்சுப் புரட்சியாகும் ரூசோ போட்ட அஸ்திவாரம்தான் கல்வித் துறை, ஆன்மீகத் துறை, கலாச்சாரத்துறை, பொருளியல்துறை, அரசியல் ஆகியவைகளுக்கு எல்லாம் ஒரு புதிய அத்தியாயத்தை உலகிலே உருவாக்கியது. அவரைப்போல கர்ம வீரரும் கல்வித்துறை, தொழில்துறை, வேளாண்துறை, மருத்துவத்துறை, என்ற பல்வேறுதுறைகளிலும் மதிய உணவுத் திட்டம், இலவசக் கல்வி, கிராமச்சாலைகள் குடிநீர் வசதி, மின்சார வசதி, நீர்ப்பாசனங்கள், வீட்டு வசதி, என்ற பல்வேறு வசதிகளை மக்களுக்கு நல்கி நிர்வாகத்தை ஒளிவிட்டு பிரகாசமாக விளங்கினார். உழைப்பை நம்பி வாழும் பாட்டாளிகள் வர்க்கத்திற்கும் நாட்டின் நிர்வாகத்தில் சமவுரிமையுண்டு என்ற கொள்கையோடு தமிழ்நாட்டை உயர்த்திக் காட்டியவர் காமராஜர்.

அறிவை வளர்க்க கல்வியைக் கொடுத்தார்
பசியைப் போக்க உணவைக் கொடுத்தார்
மானத்தைக் காக்க சீருடைகள் கொடுத்தார்

இந்தத் திட்டத்தைக் கண்டு பாரதநாடே போற்றியது. குறிப்பாகப் பண்டித ஜவகர்லால் நேரு அவர்கள் இத்திட்டத்தைக் கண்டு மனம் நெகிழ்ந்து போனார். கல்வித்துறையில் ஒரு நூற்றாண்டில் ஏற்பட்ட வளர்ச்சியைக் காமராஜர் எட்டாண்டுகளில் சாதித்து காட்டினார். இன்று பிரபலமாக இருக்கும் தஞ்சை மருத்துவக் கல்லூரியும் காமராஜரால்தான் சாத்தியமானது என்று எத்தனை பேருக்குத் தெரியும்! ஒரு செல்வந்தர் ஒரு நாள் காமராஜரைச் சந்தித்தது கோவையில் மருத்துவக் கல்லூரி ஒன்று அமைக்க ஒரு கோடி ரூபாய் செலவாகும் என்றும் தான் 20-லட்சம் தருவதாகவும் மீதி அரசு தர வேண்டும் என்று கேட்டார். கோப்பு காமராஜரிடம் வந்த போது அவர் மறுத்தார். வெறும் 20-லட்சம் போடுபவர்க்கே கல்லூரி சொந்தமானால் அவன் என்னென்ன வகையில் மாணவர்களிடம் பணம் வசூலிக்க நேருமோ? 80 லட்சம் அரசு கொடுத்து விட்டு வெறும் 20 லட்சம் கொடுத்தவன் பேரில் ஒரு மருத்துவக் கல்லூரி தொடங்குவதை விட முழுப் பணத்தையும் அரசே கொடுக்குமானால் அந்த பலன் முழுவதும் மாணவர்களைச் சென்று சேருமல்லவா என

யோசித்தார்; ஆனால் பணத்துக்கு வழி? மனமிருந்தால் வழியா இல்லை? தஞ்சை ஜில்லா போர்டு இரயில்வே செல் வரியாக ரூபாய் 1.30கோடி இருந்தது. அதை மருத்துவக்கல்லூரி தொடங்கச் செலவழிப்பதற்கு அனுமதி வழங்கினார். அப்படி உருவானதுதான் தஞ்சை மருத்துவக் கல்லூரி. இன்று அந்த கல்லூரியில் படிக்கும் ஒவ்வொரு மாணவனுக்கும் அந்த மருத்துவமனையில் காப்பாற்றப் படும் ஒவ்வொரு உயிருக்குமான புண்ணியங்களின் பங்கு காமராஜரைச் சென்று சேரும் என்பதில் சந்தேகமில்லை. காமராஜரின் ஆட்சிக்காலத்தில் தொழில்புரட்சி, பாசனப்புரட்சி, மின்சாரப்புரட்சி, நிலச் சீர்திருத்தம் போன்றவை சிறப்பாக நடைபெற்றன.

தமிழ் வளர்ச்சி:- தமிழை வைத்து அரசியலுக்கு வந்த கட்சிகள் உண்டு. தமிழ்தான் எங்கள் உயிர் மூச்சு என்றெல்லாம் சொன்னார்கள். 'தமிழ்தான் எனக்கும் உயிர்மூச்சு, ஆனால் அதைப் பிறர் மேல் விடமாட்டேன்' என்று ஒரு கவிதை தமிழை வைத்து அரசியல் செய்தவர்களின் தோலை உரித்துக் காட்டியது. ஆனால், தமிழின் வளர்ச்சிக்காக நேர்மையாக பாடுபட்ட ஆட்சி காமராஜருடையது. சட்டசபையில் சமர்ப்பிக்கப்படும் பட்ஜெட் எனும் வரவு செலவு திட்டம் முதன்முதலாக தமிழில் சமர்ப்பிக்கப்பட்டது. 1957-1958-ஆம் ஆண்டுக்கானத் திட்டத்தை 8.12.1956 அன்று நிதி அமைச்சராக இருந்த சி. சுப்பிரமணியம் சமர்ப்பித்துச் சாதனை படைத்தார். 1956-இல் தமிழை ஆட்சி மொழியாக்கும் மசோதா நிறைவேற்றப் பட்டது. சட்டசபையின் சார்பாக தமிழ் மக்களின் சார்பாக இந்த மசோதாவை தமிழன்னையின் மலரடியில் சமர்ப்பிக்கிறேன் என்று உண்மையான பெருமிதத்துடன் சி.எஸ். கூறினார்.

கல்லூரித் தமிழ்க்குழு அமைக்கப்பட்டு அதனால் உளவியல், வானியல், வேதியியல், இயற்பியல், புள்ளியியல் போன்ற பாடங்களுக்கான கலைச் சொல் அகராதி தயாரிக்கப்பட்டு 1960-இல் மலிவு விலையில் விற்பனை செய்யப்பட்டது. மெட்ராஜ் ஸ்டேட் என்பது தமிழ் நாடானதும், உதகையில் அரசு மாளிகைக்கு தமிழகம் என்றும் பெயரிடப்பட்டதும் காமராஜர் ஆட்சியில்தான். பொது வாழ்க்கையில் காமராஜரை விட சிறப்பாகச் செயல்படுபவர்களைப் பார்க்க முடியாது. ஒவ்வொரு முறையும் நான் அவரைச் சந்திக்கும் போது அவர் மீதான என் மதிப்பு கூடிக்கொண்டே போகிறது. அவர் முதலமைச்சராக இருக்கும் மெட்ராஸ் ஸ்டேட் தலைசிறந்த நிர்வாகத்துக்கு உதாரணமாக விளங்குகிறது என்று நேரு கூறினார். 1954-இல்

இருந்து 1963-வரை தமிழ் நாட்டின் முதலமைச்சராக பதவியில் இருந்த காலத்தில் தன்னால் ஆனதையெல்லாம் செய்து முடித்த காமராஜர் 1963-இல் முதலமைச்சர் பதவியைத் தூக்கி எறிந்தார். அதன்பிறகு அவர் செய்த சேவைகள் தமிழ்நாட்டுக்கு மட்டுமின்றி இந்தியத் துணைக் கண்டம் முழுமைக்குமானதாகப் பரந்து விரிகிறது.

  சொத்து சுகம் நாடார்
   சொந்தம் நாடார்
  பொன்னொன்றும் நாடார்
   பொருள் நாடார், தான் பெற்ற
  அன்னையையும் நாடார்
   ஆசை தனை நாடார்
  நாடொன்றை நாடித்தான்
   நலமென்றும் நாடாத
  நாடாரை நாடென்றார்
  நாடினேன்...

1965-இல் ஒரு கவியரங்கத்தில் காமராஜ் பற்றி கண்ணதாசன் பாடியதுதான் எவ்வளவு உண்மை! இவ்வாறு காமராஜர் ஒரு சகாப்தமாக விளங்கினார்.

10. காமராஜரின் இறுதி நிகழ்வுகள்

தொடர்ந்து அகில இந்திய அளவில் கட்சிப் பணியாற்றி வந்த காமராஜ், காங்கிரஸ் இரு கட்சிகளாகப் பிளவு பட்டபோது மிகவும் மனம் நொந்து வருந்தினார். ஸ்தாபன காங்கிரஸ் பக்கம் அவர் இருந்த போதும் தாம் நேரு, லால்பகதூர் ஆகியோருக்குப்பின் கட்டிக்காத்து வந்த கட்சி இரு கூறுகளாகப் பிளவுபட்டதை எண்ணி எண்ணி வருந்திக் கொண்டிருந்தார். காமராஜர் எளிய உணவை மட்டுமே சாப்பிடுவார். வேறு கெட்ட பழக்கம் எதுவும் இல்லாதவர். உடலை நன்றாகவே கவனித்து வந்தவர் என்றாலும் அவருக்கு சர்க்கரை நோயும், ரத்தக் கொதிப்பும் இருந்தன. அதனால் மிகவும் கவனமாகவே இருந்தார். இந்திராகாந்தி கொண்டு வந்த எமர்ஜென்சி காமராஜரைப் மிகப் பெரிய சோகத்தில் தள்ளியது. மீண்டும் ஒரு முறை இந்தியாவில் சுதந்திரத்திற்காகப் போராட வேண்டிய அவசியம் வந்து விட்டதே என்று மிகவும் வருந்தினார். அந்த வேதனை அவருடைய உடல் நலனை பாதித்தது. அவ்வப்போது காய்ச்சல் வந்தது. சில சமயம் 108-டிகிரி வரை காய்ச்சல் ஏற்படும். உடல் தள்ளாடவே உடல் நலம் தேறும் வரை வெளியே செல்வதைக் குறைத்துக்கொண்டார். உடல் நலம் நன்றாக இருந்தவரை மாடியில் இருந்த சின்னஞ்சிறிய அறையில் தனியே தூங்கினார். அதன் பிறகு தன் படுக்கையைக் கீழ் அறைக்கு மாற்றிக் கொண்டார். 1975-அக்டோபர் காலை ஒன்பது மணிக்கே குளித்து முடித்தார். காமராஜருக்கு இன்சுலின் ஊசி போடும் மருத்துவர் ஜெயராமன் வழக்கம் போல் வந்து உடலைப் பரிசோதித்து ஊசி போட்டு விட்டுப் போனார். அன்று சிவாஜி கணேசனுக்குப் பிறந்த நாள். உடல்நிலை சரியில்லாததால் போக வேண்டாம் என்று நினைத்தார். ஆனாலும் காலையில் எழுந்து தயாராகி விட்டாலும் உடல் ஓரளவு பரவாயில்லை என்பது போல் இருந்தாலும் பா. ராமச்சந்திரனை அழைத்துக் கொண்டு

மாலையுடன் போய் சிவாஜி கணேசனை வீட்டில் சந்தித்து வாழ்த்திவிட்டுத் திரும்பினார். வரும்போதே உடல் மீண்டும் சோர்ந்து இருந்தது. அதனால் அன்று வேறு எந்த அலுவல்களும், சந்திப்புகளும் வைத்துக் கொள்ளவில்லை. முழுமையாக ஓய்வு எடுத்துக் கொண்டார். அடுத்த நாள் காந்திஜி பிறந்த நாள். அன்றைய தினம் மக்களுக்கு முக்கிய அறிவிப்பு வெளியிட இருப்பதாக இந்திராகாந்தி அறிவித்து இருந்தார். அநேகமாக இந்திரா காந்தி எமர்ஜென்சியை வாபஸ் வாங்கி விடுவார் என எதிர்பார்த்து இருந்தார். அதைக் குறித்து காங்கிரஸ் தலைவர்கள் சிலருடன் பேசினார். ஒரு வேளை எமர்ஜென்சியை வாபஸ் வாங்கவில்லை என்றால் தீவிரமான போராட்டங்களை அறிவிக்க வேண்டும் என முடிவு செய்திருந்தார். மாத்திரைகளை உட்கொண்டு விட்டுத் தூங்கினார். 1975-அக்டோபர் 2-ஆம் தேதி காலையில் வழக்கம் போல் 6. 30 மணிக்கு எழுந்தார். உடல் குணமடைந்து நன்றாக இருப்பது போல் தெரிந்தது. அன்றைய நாளிதழ்களை முழுவதுமாகப் படித்தார். குளித்து முடித்து காலை உணவு சாப்பிட்டார். எப்போதும் போல் டாக்டர் ஜெயராமன் வந்து உடலைப் பரிசோதித்துவிட்டு இன்சுலின் ஊசி போட்டுவிட்டுச் சென்றார். அன்று காந்தி ஜெயந்தி ஆதலால் காந்திஜி படத்துக்கு மாலை போட்டு விட்டு வணங்கினார். சில நிமிடங்கள் காந்திஜி படத்தைப் பார்த்த படியே நின்றார். காமராஜரைப் பார்க்க கல்லூரி மாணவர்கள் வந்தார்கள். அவர்களுடன் பேச அறையில் இடமில்லாததால் வெளி அறைக்கு வந்து நின்று பேசினார். ஆனால் அதற்குள் உடல் களைப்பானது. அதனால் அவர்களுடன் தொடர்ந்து உரையாட முடியாமல் விடைபெற்றுக் கொண்டு மீண்டும் படுத்தார். டெல்லியில் இந்திரா காந்தியின் செயல் பாடுகளைக் கேட்டறிந்தார். அன்று பத்திரிகை நிருபர்களைச் சந்தித்த இந்திரா காந்தி எமர்ஜென்சியை வாபஸ் வாங்குவது குறித்து எதுவும் தெரிவிக்கவில்லை என்ற தகவல் தெரியவரவே பெரும் ஏமாற்றம் அடைந்தார். மேலும் அன்றைய தினம் காந்தியவாதியான கிருபளான் கைது செய்யப்பட்டதை அறிந்து அதிர்ச்சி அடைந்தார். திருந்த மாட்டாங்க... போராட்டம் அறிவிக்க வேண்டியதுதான் என்று முடிவு செய்தார். சில காங்கிரஸ் தலைவர்களை அழைத்தார். வழக்கம்போல் மதிய உணவு சாப்பிட்டார். அன்று பாவக்காய் கறி, முளைக்கீரை மசியல், மோர் சாதம் போன்றவற்றைத் உதவியாளர் வைரவன் பரிமாறினார். உணவு அருந்திய போதே வியர்த்தது. துண்டை எடுத்துக்கொண்டார். சாப்பிட்டதும் சிறிது நேரம் ஓய்வெடுப்பது வழக்கம். அதன்படியே படுக்கை அறைக்குச் சென்று ஓய்வு

எடுத்தார். அந்த அறை ஏர்கண்டிசன் செய்யப்பட்டது. என்றாலும் வியர்வை நிற்காமல் வழிந்தது. உதவியாளர் உடம்பைத் தொட்டுப் பார்த்தார். உடல் குளிர்ந்து இருந்தது. உடனே "உடல் ஜில்லென்னு இருக்கிறதே... டாக்டரை அழைக்கவா?" என்று கேட்டார் உதவியாளர். காமராஜர், "டாக்டர் செளந்தரராஜனுக்குப் போன் போட்டுக் கொடு நான் பேசுகிறேன்" என்றார். அதன்படி அவருக்குப் போன் போடப்பட்டது. ஆனால் அவரை வீட்டிலோ மருத்துவ மனையிலோ பிடிக்க முடியவில்லை. அதனால் பின் டாக்டர் ஜெயராமனுக்குப் போன் போட்டுக் கொடுத்தார். அவர் காமராஜரிடம் நெஞ்சு வலிக்கிறதா? மூச்சுத் திணறல் இருக்கிறதா? என்று சில கேள்விகளைக் கேட்டார். ஆனால் காமராஜர் "வியர்வை மட்டும் தான் நிற்காமல் வருது. வேற எதுவும் பிரச்சினை இல்லை" என்றார். ஆனாலும் நேரில் வந்து பார்ப்பதாகச் சொன்னார் ஜெயராமன். பிறகு உதவியாளரிடம் "டாக்டர் வர்றேன்னு சொல்லி இருக்கார். வரும்போது பிரஷர் பார்க்க மானிட்டர் கொண்டு வரச்சொல். டாக்டர் வரும்வரை படுத்திருக்கிறேன்" என்று நன்றாக படுத்துக் கொண்டார். வைரவன் கதவை மூடிவிட்டுத் வெளியேறிய போது, "வைரவா; விளக்கை அணைச்சிட்டுப் போ!" என்றபடி கண்களை மூடிக் கொண்டார். மதியம் மூன்று மணி காமராஜர் வீட்டில் தன்னைத் தேடப்பட்ட செய்தியை கேள்விப்பட்டு டாக்டர் செளந்தர ராஜன் காமராஜரின் இல்லத்துக்கு வந்து அவர் படுத்திருந்த அறைக் கதவை திறந்து கொண்டு உள்ளே போனார். கட்டிலின் இடது புறம் திரும்பி இரண்டு கைகளையும் தலைக்கு முட்டுக் கொடுத்து கால்களை மடக்கியபடி படுத்திருந்தார். காமராஜர் வழக்கமான குறட்டைச் சத்தம் வரவில்லை.

"ஐயா..." என்று அழைத்தார். எந்த அசைவும் இல்லாததால் துனுக்குற்று காமராஜர் உடலை அசைத்தார். பதில் இல்லை என்றதும் பதறிப்போய் நாடித்துடிப்பைப் பரிசோதித்தார். பெரியவர் போய்விட்டாரே என்று கதறி அழுதார். செளந்தர ராஜன். அதற்குள் வந்து சேர்ந்த டாக்டர் ஜெயராமன் ஊசி மருந்தை நேரடியாக இதயத்திற்குள் செலுத்தி சிகிச்சை அளிக்க முடியுமா என்று முயற்சி செய்தார். நெஞ்சைப் பிடித்து அழுத்தி சுவாசத்தை வரவழைக்க முடியுமா எனப் பார்த்தார். அந்த முயற்சியும் பலனளிக்கவில்லை அவரும் கதறி அழுதார். சரியாக மாலை 3. 20 மணிக்கு காமராஜர் மரணம் அடைந்தார் என்ற செய்தி அறிவிக்கப்பட்டது. உடனே தேனாம்பேட்டை காங்கிரஸ் மைதானத்தில் இருந்த பா. இராமச்சந்திரனுக்கும் அன்றைய முதல்வர் மு. கருணாநிதிக்கும் தகவல் சொல்லப்பட்டது. உடனே

ஓடோடி வந்தார் கருணாநிதி. காமராஜர் உடலுக்கு மாலையிட்டு அஞ்சலி செலுத்தினார். அதற்குள் மரணச் செய்தி தமிழகம் முழுவதும் பரவியது. மக்கள் அழுது புலம்பியபடி அவருடைய வீட்டுக்கு வந்தனர். காமராஜரின் உடலை அவருடைய கட்டிலுடன் வெளியே வைத்தனர். ஆனாலும் மக்கள் கூட்டம் கட்டுக் கடங்காமல் இருந்தது. உடனே காமராஜரின் உடலை இராஜாஜி மண்டபத்துக்குக் கொண்டு சென்றார் கருணாநிதி. மாலை 5. 30 மணிக்கு காமராஜரின் உடல் இராஜாஜி மண்டபத்தில் வைக்கப் பட்டது. மக்கள் சிந்தும் கண்ணீர் போதாதென வானமும் மழையைத் தூவியது. நாடெங்கும் கடைகள் அடைக்கப்பட்டன. அனைத்துக் கட்சிக் கொடிகளும் அரைக்கம்பத்தில் பறக்க விடப்பட்டன. காமராஜரை மனதார நேசித்த மக்கள் வைத்து பூஜித்த காமராஜர், காந்தி பிறந்த தினத்தில் இந்த உலகை விட்டுப் பிரிந்ததை எண்ணி காங்கிரஸ் தொண்டர்களும் பொது ஜனங்களும் அழுது புலம்பினார்கள்- அவரவர் வீடுகளில் காமராஜர் போட்டோவுக்கு மாலையிட்டு விளக்கு ஏற்றி வைத்தார்கள். தங்கள் வீட்டில் ஒருவர் இறந்ததைப் போலவே காமராஜர் இறப்பை எடுத்து கொண்டனர். வாரிசே இல்லாத காமராஜருக்குத் தமிழ்நாட்டு மக்கள் அனைவரும் வாரிசாக இருந்தனர். தென் மாவட்டங்களிலிருந்து வந்த இரயில், பஸ்களில் கூட்டம் நிரம்பி வழிந்தது. காமராஜரின் உடலைப் பார்த்து பலர் மயங்கி விழுந்தனர். காமராஜர் இறந்தது ஒரு வியாழக்கிழமை. அடுத்த நாளான வெள்ளிக்கிழமை தமிழக அரசு விடுமுறையாக அறிவித்தது. காமராஜர் உடலுக்கு மூவர்ணக் கொடி போர்த்தி இராஜாஜி மண்டபத்தில் பார்வைக்கு வைக்கப்பட்டது. கடல் வெள்ளம் போல் மக்கள் கூட்டம் குறையாமல் வந்து அஞ்சலி செலுத்திக் கொண்டே இருந்தார்கள். மழை கொட்டிக் கொண்டே இருந்தது.

ஒரு முதல்வர் வாழ்ந்த இல்லம் என்பதால் அங்கிருக்கும் கோப்பு, நினைவுச் சின்னம் ஆகியவற்றுக்கு ஆபத்து வந்து விடக்கூடாது என்பதற்காக திருமலைப்பிள்ளை வீதியில் இருந்த காமராஜர் இல்லம் மூடப்பட்டு சீல் வைக்கப்பட்டது. காமராஜருக்கு நினைவு ஆலயம் அமைப்பதற்காக இடத்தைத் தேர்வு செய்ய அன்று இரவே கொட்டும் மழையில் வேலை செய்தார் கருணாநிதி. காந்திஜியின் தொண்டராகவே வாழ்ந்து அவரது பிறந்த நாளிலேயே மறைந்ததால் சென்னை கிண்டியில் காந்தி மண்டபத்துக்கு அருகிலேயே நிலம் தேர்ந்தெடுக்கப்பட்டது. கரடு முரடாக முட்புதர்கள் நிறைந்து கிடந்த அந்த இடம் இரவோடு இரவாகச் சரி செய்யப்பட்டது. கொட்டும் மழையில் பெட்ரோமாக்ஸ் விளக்கு வெளிச்சத்தில் வேட்டியை மடித்துக் கட்டிக்கொண்டு

கருணாநிதி, அமைச்சர், பெருமக்கள் மற்றும் காங்கிரஸ் தலைவர்கள் நினைவு இடத்துக்காகப் பராமரிப்புப் பணிகளில் ஈடுபட்டனர். 1975-அக்டோபர் 3-இல் காமராஜர் இறுதி ஊர்வலத்தில் கலந்து கொள்வதற்காக டெல்லியிலிருந்து இந்திராகாந்தி வந்தார். காமராஜரின் மறைவை கேட்டு பிரிட்டிஷ் அரசு ஆழ்ந்த வருத்தம் தெரிவித்து செய்திக் குறிப்பு வெளியிட்டது. இந்தியாவின் அனைத்து மாநிலங்களிலிருந்தும் காங்கிரஸ் தலைவர்கள் ஓடோடி வந்தார்கள். காமராஜரின் தங்கை நாகம்மாள் மற்றும் அவரது வாரிசுகள் அழுது புரண்டபடி அருகில் நின்றார்கள். தமிழக மக்கள் தங்கள் இறுதி அஞ்சலியை, கண்ணீர் அஞ்சலியாக கூட்டம் கூட்டமாக வந்து செலுத்திக் கொண்டே இருந்தார்கள். விமான நிலையத்திலிருந்து இந்திரா காந்தி நேரடியாக இராஜாஜி மண்டபத்துக்கு வந்து மலர் வளையம் வைத்து அஞ்சலி செலுத்தினார். அவருடன் கவர்னர் ஷா, அன்றைய முதல்வர் கருணாநிதி, மத்திய அமைச்சர் கரண் சிங், மற்றும் பலரும் இராணுவ அதிகாரிகளும் வந்து அஞ்சலி செலுத்தினர். எம்.எஸ். சுப்புலெட்சுமி, சீர்காழி கோவிந்தராஜன் ஆகியோர் தொடர்ந்து பக்தி பாடல்கள் பாடியபடி காமராஜர் உடலுக்கு இசை அஞ்சலி செலுத்திக் கொண்டு இருந்தார்கள். இராஜாஜி மண்டபத்தில் காமராஜரின் உடல் இறுதிச்சடங்குக்கு ஆயுத்தம் செய்யப்பட்டது. காமராஜரின் சகோதரி மகன் ஜவஹர் இறுதிச் சடங்குகளை செய்தார். காமராஜரின் உடல் குளிப் பாட்டப்பட்டு புது ஆடை அணிவிக்கப்பட்டது. நெற்றியில் திருநீறு, சந்தனம், குங்குமம், அணிவிக்கப்பட்டது, அஞ்சலி அனைத்தும் செய்து முடிக்கப்பட்டதும் உடல் இராணுவத்தின் வசம் ஒப்படைக்கப்பட்டது. வழக்கமாக இராணுவ மரியாதையுடன் இறுதிச் சடங்கு பதவியில் இருக்கும் ஜனாதிபதி, உயர் ஜனாதிபதி, பிரதமர் மாநில முதல்வர்கள் ஆகியோருக்கு மட்டுமே வழங்கப்படும். ஆனால் எந்தப் பதவியிலும் இல்லாத காமராஜருக்கு இராணுவ மரியாதை வழங்கப்பட்டது. முப்படையைச் சேர்ந்த வீரர்களும் துப்பாக்கியை தரையை நோக்கிப் பிடித்தபடி அழுத்தமாக விரைத்த பார்வையுடன் கண்கள் கலங்க நின்று கொண்டிருந்தனர். மக்களின் கதறலுக்கு நடுவே ராணுவ மரியாதையுடன் காமராஜர் உடல் பீரங்கி வண்டி மீது வைக்கப்பட்டது. பிற்பகல் 3. 30-மணிக்கு இறுதி ஊர்வலம் கிளம்பியது இந்தப் பீரங்கி வண்டியில் தமிழ்நாடு காங்கிரஸ் கமிட்டித் தலைவர் பா. இராமச்சந்திரன், மத்திய மந்திரி சி. சுப்பிரமணியன், ராஜாராம் நாயுடு, சிவாஜி கணேசன் ஆகியோர் நின்று கொண்டே இருந்தனர். மக்கள் பூக்களைத் தூவி எறிந்தார்கள். வானமும் மழையை தூவிக்

கொண்டே இருந்தது. வழி எங்கும் காமராஜருடைய இறுதி ஊர்வலத்தை காண மக்கள் வெள்ளம் எனப் பொங்கி நின்றார்கள். அண்ணா சாலை எங்கும் மனிதத் தலைகள்தான் தென்பட்டன. அண்ணா சாலை வழியாக கிண்டிக்கு சுமார் மூன்று மணி நேரம் கழித்து ஆறரை மணிக்கே காமராஜரின் புகழ் உடல் போய் சேர்ந்து, காந்தி மண்டபத்துக்கு அருகே காமராஜருடைய உடலை எரியூட்ட விசேஷ மேடை அமைக்கப்பட்டு சந்தனக்கட்டைகள் அடுக்கி வைக்கப்பட்டு இருந்தன. பீரங்கி வண்டியிலிருந்து முப்படை வீரர்கள் காமராஜரின் உடலைத் தூக்கி வந்து தகன மேடையில் வைத்தார்கள். இந்திரா காந்தி அந்த இடத்துக்கு ஏற்கெனவே வந்து காத்திருந்தார். அங்கேயும் மலர் வளையம் வைத்து அஞ்சலி செலுத்தினார். கண்களிலிருந்து வழிந்த நீரை துடைத்துக் கொண்டு அமைதியாக ஒதுங்கி நின்றார். தொடர்ந்து கருணாநிதி முதலான அமைச்சர்கள் மற்றும் பெரிய தலைவர்கள் மலர் வளையம் வைத்து இறுதி அஞ்சலி செலுத்தினார்கள். ஈமச் சடங்கு நடந்தது. கூடியிருந்த கூட்டம் “காமராஜர் நாமம் வாழ்க” என்று கத்தி கதறியபடி இருந்தது.

ஈமச்சடங்கு முழுமையாக நிறைவேறியது. பீரங்கிகள் மூன்று முறை முழங்கின. ஒவ்வொரு முறை வெடித்த போதும் மக்கள் கூட்டம் அதை விட அதிகமாக ஓலமிட்டது. காமராஜர் தங்கையின் பேரன் கனகவேல் சிதைக்குத் தீ மூட்டினார். அதற்கென்றே காத்திருந்தது போல் மழைநின்று போயிருக்கத் தீ வானோக்கி எரிந்தது, புகை கிளம்பியது. மக்கள் கூட்டம் கதறி அழுதது,, ஒரு மாபெரும் சகாப்தம் தீயில் கரைந்து போனது சென்னை காந்தி மண்டபத்தில் நடைபெற இருந்த அக்டோபர் 2-ஆம் தேதி கொண்டாட்டத்தில் கலந்து கொள்ளுமாறு காமராஜருக்கு அழைப்பு கடிதம் அனுப்பி இருந்தார். அன்றைய தமிழக கவர்னர்ஷா அதற்கு நன்றி தெரிவித்துக் கடிதம் அனுப்பிய காமராஜர் காந்தி மண்டபத்துக்கு வருவதாக உறுதி அளித்து இருந்தார். ஆனால், மரணமடைந்து விட்டார். ஆனாலும் சொன்ன வாக்கைக் காப்பாற்றுவதைப் போல ஒருநாள் தாமதமாக அக்டோபர் 3-ஆம் தேதி அதே இடத்துக்குச் சென்று நிரந்தரமாகத் தங்கிவிட்டார் காமராஜர்.

காமராஜர் நினைவகம்:- காமராஜரின் அஸ்தி ஆறுகளிலும் கடல்களிலும் கரைக்கப்பட்டது. சென்னையில் பா.இராமச்சந்திரன், சிவாஜி கணேசன் ஆகியோர் சென்று கடலில் கரைத்தனர். தமிழகம் எங்கும் காமராஜரின் அஸ்தி எடுத்துச் செல்லப்பட்டு பொது மக்கள் அஞ்சலி செலுத்த வசதி செய்து தரப்பட்டது.

அக்டோபர் 5-இல் தேனாம்பேட்டை காங்கிரஸ் மைதானத்தில் காமராஜருக்கு இரங்கல் கூட்டம் நடத்தப்பட்டது. அதில் கலந்து கொண்டு பேசிய கருணாநிதி காமராஜர் எரிக்கப்பட்ட இடத்தில் நினைவு இடம் கட்டப்படும் என்று அறிவித்தார். அதன்படி இரட்டைச் சின்னம் வைக்கப்பட்டு 6.04 ஏக்கர் இடத்தில் நினைவு இடம் அமைக்கப்பட்டது. காந்தி மண்டபத்துக்கு அருகிலேயே காமராஜருக்கு நினைவு இடம் அமைத்து தமிழக மக்களின் அன்பைப் பெற்றார் கருணாநிதி, அணையா விளக்கு ஒன்றையும் ஏற்றி வைத்தார். தமிழக அரசு சார்பாக காமராஜர் பற்றி ஒரு செய்திப்படம் தயாரிக்கப்பட்டு காமராஜரின் நினைவைப் போற்றும் வகையில் தியாகச் சுடர் என்று பெயரிட்டுப் பின்னணிக் குரலாக கருணாநிதியே உருக்கமாக பேசியிருந்தார்.

விருதுநகரில் நினைவு இல்லம்:- விருதுநகரில் காமராஜர் பிறந்த இல்லம் அரசுடமை ஆக்கப்பட்டது. காமராஜர் இல்லத்தில் வசித்து வந்த நாகம்மாள் மற்றும் அவரது இரண்டு மகன்களுக்கும் அரசு வேறு வீடு ஒதுக்கித் தந்தது. இந்த வீடு பழமை மாறாமல் புதுமையாக்கப்பட்டு பார்வையாளர்களுக்காக தினமும் திறந்து விடப்படுகிறது. காமராஜர் பயன்படுத்திய கட்டில், ஆடை, படித்த புத்தகம் ஆகியவை பார்வைக்கு உள்ளன. மேலும் காமராஜரின் வரலாற்றை சொல்லும் அளவிற்கு வரிசையாக புகைப்படங்களும் வைக்கப்பட்டு உள்ளன. விருதுநகருக்கு நடுவே இருக்கும் தெப்ப குளத்தின் அருகே குறுகிய சந்துக்குள் இன்றும் பார்வையாளர் களுக்காக காத்து கிடக்கிறது காமராஜரின் நினைவு இல்லம். சென்னையிலும் நினைவு இல்லம் அமைக்கப்பட்டது. காமராஜர் இருந்த திருமலைப்பிள்ளை வீதி 8-ஆம் எண் இல்லம் எம்.ஜி.ஆர் ஆட்சிக் காலத்தில் காமராஜரின் நினைவு இல்லமாக மாற்றப் பட்டது. காமராஜரின் அஸ்தியைக் முக்கடலும் சங்கமிக்கும் கன்னியாகுமரியில் கரைக்கும் முன்னர் காந்தி மண்டபத்துக்கு அருகே அது பொதுமக்கள் வணக்கத்துக்கு வைக்கப்பட்டது. அஸ்தி வைக்கப்பட்டிருந்த இடத்தில் ஒரு மணி மண்டபம் கட்ட வேண்டும் என்று கோரிக்கை விடுத்தார் குமரி ஆனந்தன். அன்றைய மத்திய அரசு அதற்கு அனுமதி தர மறுத்தது, ஆனால் கருணாநிதியின் விடாத முயற்சியால் அனுமதி கிடைத்தது. அதன்படி மணிமண்டபம் அமைக்கப்பட்டு கருணாநிதியால் திறப்பு விழா நடத்தப்பட்டது. கன்னியாகுமரியில் காந்தி மண்டபத்துக்கு அருகிலேயே காமராஜரின் நினைவு மண்டபம் அமைந்திருப்பது தனிச்சிறப்பாகும். காமராஜரின் வாழ்க்கையை விளக்கும் வண்ணம் இங்கு ஏராளமான புகைப்படங்கள் காட்சிக்கு வைக்கப்பட்டு இருக்கின்றன.

அரசு மரியாதை:- மத்திய அரசு பாரத ரத்னா விருதை 1976-இல் வழங்கி காமராஜருக்கு கௌரவித்தது. காமராஜரின் தங்கை நாகம்மாள் மற்றும் அவருடைய மகன்கள் ஜவஹர், மோகன் ஆகியோர் டெல்லிக்குச் சென்று ஜனாதிபதியிடமிருந்து விருதைப் பெற்றுக் கொண்டனர். இன்றும் பாரதரத்னா விருது மற்றும் பட்டயம் விருதுநகரில் உள்ள காமராஜரின் தங்கை, மகன்கள் வீட்டில் காட்சிப் பொருளாக இருக்கின்றன. இதே ஆண்டு காமராஜரின் நினைவாக அஞ்சல் தலை வெளியிடப் பட்டது. 1977-இல் தமிழக சட்டப்பேரவையில் குடியரசுத் தலைவர் நீலம் சஞ்சீவ் ரெட்டியால் காமராஜரின் திருவுருவப்படம் திறந்து வைக்கப்பட்டது. 1984-இல் ஜூலை 15-ஆம் தேதி விருதுநகரைக் கொண்டு காமராஜர் மாவட்டம் உருவானது. 2004-இல் இந்திய அரசு ஐந்து ரூபாய் மற்றும் நூறு ரூபாய் நாணயங்கள் வெளியிட்டுக் கௌரவித்தது. சென்னை விமான நிலையத்துக்கும், கடற்கரைச் சாலைக்கும் காமராஜரின் பெயர் சூட்டப்பட்டு கௌரவிக்கப்பட்டது. மதுரையில் தொடங்கப்பட்ட பல்கலைக் கழகத்துக்குக் காமராஜர் பெயர் சூட்டப்பட்டது.

கல்வி வளர்ச்சி நாள்:- காமராஜர் பிறந்த தினத்தை கல்வி தினமாகக் கொண்டாட வேண்டும் என்று பெரும்பாலான மக்கள் கோரிக்கை விடுத்து வந்தனர். அதனால் கருணாநிதி 2006- மே 24-ஆம் தேதி அரசாணை ஒன்றை வெளியிட்டார். அதன்படி காமராஜர் பிறந்த நாளை ஆண்டுதோறும் அனைத்துப் பள்ளிகளிலும் மாணவ மாணவியர் புத்தாடை அணிந்து விழா எடுத்து காமராஜர் திருவுருவப்படத்தை அலங்கரித்து மகிழ்ச்சியுடன் "கல்வி வளர்ச்சி நாள்" என்று கொண்டாட வேண்டும் என்று ஆணையிட்டது. அன்றைக்கு மாணவ மாணவியருக்குப் பல போட்டிகள் நடத்திப் பரிசுகள் வழங்க அரசு பணம் ஒதுக்கி வருகிறது. காமராஜரின் பெருமையை உணர்ந்து கொள்ள இது சரியான திட்டம் என்று அனைவரும் பாராட்டுகிறார்கள். காமராஜர் பிறந்த தினத்தை தியாகிகள் தினமாகவும் அரசு கொண்டாடுவது குறிப்பிடத்தக்கது.

காமராஜரின் சொத்துக் கணக்கு:- காமராஜர் இறந்தபோது அவருடைய சொத்து மதிப்பு நான்கு கதர்ச் சட்டை, வேட்டி, 100 ரூபாய் பணம்- இவ்வளவுதான்! வாழ்நாள் முழுவதும் வாடகை வீட்டில் வாழ்ந்தவர் அவர். காமராஜர் இல்லம் என்று கூறப்படும் 8, திருமலைப்பிள்ளை வீதி, தி. நகர் வீடு, கோவில்பட்டியில் லாபம் டெக்ஸ் டைல்ஸ் என்ற நிறுவனத்தை நடத்தி வந்த நடராஜன், ஏ.வி தாமஸ் ஆகியோரின் விருந்தினர் விடுதியாக இருந்தது. அதன் வாடகை அப்போது ரூ 90. அதன் சொந்தக்காரர்

ஆந்திராவைச் சேர்ந்த பி. கோவிந்தராஜுலு. நடராஜன் கேட்டுக் கொண்டபடி 1954லிருந்து முதலமைச்சரான பிறகு அந்த வீட்டில் தான் காமராஜர் தங்கினார். வைரவனைக் காமராஜரின் உதவிக்கு நடராஜன்தான் அனுப்பினார். வீட்டு வாடகை ரூ. 100/ உயர்த்தப் பட்டது. பின் முதலமைச்சர் வீட்டுப்படி. ரூ. 250/-ம் வாடகைக்கு கொடுக்கப்பட்டது. 1956-இல் வீட்டை ரூ. 60.000/-க்கு விற்க வீட்டின் உரிமையாளர் தயாராக இருந்தபோது வாங்கத் தயங்கினார். காமராஜர் தன் பெயரில் வீடு வாங்கினால் உறவினர்கள் உரிமை கொண்டாடுவார்கள் என்பதால் தன் பெயரில் எந்தச் சொத்தும் இருக்கக் கூடாது என்று கூறினார். கடைசியில் இரண்டு லட்சத்துப் பத்தாயிரத்துக்கு வீட்டை வாங்கிவிடலாம் என்று முடிவு செய்து மாவட்டத்துக்கு ரூ. 10,000/- வசூல் செய்ய அனுமதி கொடுத்தார். தனக்குப் பிறகு வைரவன் தனது குடும்பத்துடன் அங்கு இருக்க வேண்டும் என்று கூறினார். முதல் தவணையாக ரூ. 10,000/- மூப்பனார் கொடுத்தார். பணம் வாங்காமல் வீட்டை எடுத்துக் கொள்ள அடமானமாக வாங்கி வைத்திருக்க வட நாட்டுக்காரரான பாபாலால் கூறியதை காமராஜர் ஏற்றுக் கொள்ளவில்லை. அடமானத் தொகையை வட்டியோடு செலுத்திவிட வேண்டும் என கண்டிப்பாகக் கூறினார். வீடு வாங்குகின்ற வேலைகள் முடிவதற்குள் காமராஜர் இறந்து போனார். தன்னைப் பெற்ற தாய்க்கு மாதாமாதம் ரூ. 100/-தான் அனுப்பினார். 150ரூபாய் அனுப்பச் சொல்லி அன்னை கேட்ட போது காமராஜர் மறுத்து விட்டார். காமராஜரின் சகோதரி ஒரு விதவையாக அன்னையோடு இருந்தார். அவருக்கு இரு பெண் குழந்தைகளும், இரு ஆண்களும் இருந்தார். ஆனாலும் மாதம் 20 ரூபாய்தான் அனுப்பினார்.

காமராஜரின் வங்கிக் கணக்கில் 125 ரூபாய், கதர் வேட்டி-4, கதர்த் துண்டு-4, செருப்பு-1 ஜோடி, கண்கண்ணாடி-1, பேனா-1, சமையலுக்குத் தேவையான பாத்திரங்கள் ஒன்றிரண்டு. இவை தான் காமராஜர் விட்டுச் சென்ற சொத்து.

'தமிழகத்தை ஒளிர்வித்த காமராஜர்: "என்ற விளக்கு உதிர்த்த கடைசி வார்த்தைகள்' வைரவா லைட்டை, அணைத்து விடு!"

எளிய குடும்பத்தில் பிறந்து விடுதலைப் போராட்டத்தில் தொண்டனாக வாழ்வைத் தொடங்கித் தன்னலமற்ற உழைப்பால்' தியாகத்தால் மக்கள் தலைவராக உயர்ந்து கோடிக்கணக்கான இதயங்களில் குடிகொண்டிருந்த பெருந்தலைவர் காமராஜர் 1975-அக்டோபர் 2-அன்று அண்ணல் காந்தியடிகள் பிறந்த நாளில் நம்மை விட்டு உடலால் பிரிந்தார்; நம் நெஞ்சில் நிறைந்தார்.

❋❋❋

11. துணை நின்ற நூல்கள்

1. ஆலடி அருணா, காமராஜர் ஓர் வழிகாட்டி, மதிவாணன் வெளியீடு, சென்னை 2002
2. தமிழருவிமணியன், காமராஜரும் கண்ணதாசனும், கற்பகம் புத்தகாலயம், சென்னை 2010
3. முருகன் எஸ்.கே பெருந்தலைவர் காமராஜர், விகடன் பிரசுரம், சென்னை 2011
4. மாத்ரு தேஸ்வரன், எஸ். எஸ். கர்மவீரர் காமராஜ் வாழ்வும் தியாகமும், நர்மதா பதிப்பகம் சென்னை 2010
5. நாகூர்ரூமி, கறுப்பு காந்தியின் வெள்ளை வாழ்க்கை, கிழக்கு பதிப்பகம், சென்னை 2006.
6. வீரமணி. கி. காமராஜர் கொலை முயற்சி சரித்திரம், திராவிடர் கழக வெளியீடு, சென்னை - 1999.
7. ஆர் பி என், காமராஜர் ஒரு சகாப்தம், ஆர் பி என் அறக்கட்டளை, சென்னை 2002.
8. திவான் செ., வாடகை வீட்டில் வாழ்ந்த காமராஜர், சுகைனா பதிப்பகம், பாளையங்கோட்டை, 2011.
9. மகாகவி பாரதியார் கவிதைகள், நியூ செஞ்சுரி பதிப்பகம், சென்னை 2006
10. கவியரசு கண்ணதாசன், வானதி பதிப்பகம், சென்னை 1998
11. கோபண்ணா ஏ., காமராஜ் ஆட்சி, சூர்யா பப்ளிகேஷன்ஸ், சென்னை 1999
12. பாரதிதாசன், பாரதிதாசன் கவிதைகள், பாரதிதாசன் பதிப்பகம், சென்னை - 1975.
13. பரிமேலழகர் திருக்குறள், பாரதி பதிப்பகம், சென்னை 2000.
14. கலைஞர் மு. கருணாநிதி, நெஞ்சுக்கு நீதி - இரண்டாம் பாகம், திருமகள் நிலையம், சென்னை 2007.

நாளிதழ்கள்

1. முரசொலி
2. விடுதலை
3. தினமணி
4. தினத்தந்தி
5. தினமலர்
6. தினகரன்
7. மாலைமுரசு
8. The Hindu
9. The Indian Express

✲✲✲